உதய சூரியன்
(ஜப்பான் பயணக் கட்டுரைகள்)

உதய சூரியன்

தி. ஜானகிராமன் (1921–1982)

தஞ்சை மாவட்டம் மன்னார்குடியை அடுத்த தேவங்குடியில் பிறந்தவர். பத்து வருடங்கள் பள்ளி ஆசிரியராகப் பணியாற்றியவர். பின்பு அகில இந்திய வானொலியில் பணியாற்றி ஓய்வுபெற்றார். கர்னாடக இசை அறிவும் வடமொழிப் புலமையும் பெற்றிருந்தவர்.

1943இல் எழுதத் தொடங்கிய தி. ஜானகிராமன், 'மோக முள்', 'அம்மா வந்தாள்', 'மரப்பசு' உள்ளிட்ட ஒன்பது நாவல்கள், நூற்றுக்கும் மேற்பட்ட சிறுகதைகள், மூன்று நாடகங்கள், நான்கு பயண நூல்கள் ஆகியவற்றை எழுதினார். சிட்டியுடன் இணைந்து எழுதிய 'நடந்தாய்; வாழி, காவேரி!' பயண இலக்கிய வகையில் முக்கியமான நூலாகக் கருதப்படுகிறது.

'மோக முள்', 'நாலு வேலி நிலம்' ஆகியன திரைப்படமாக்கப்பட்டுள்ளன. 'மோக முள்', 'மரப்பசு', 'அம்மா வந்தாள்', 'செம்பருத்தி' ஆகிய நாவல்களும் பல சிறுகதைகளும் இந்திய, ஐரோப்பிய மொழிகளில் மொழிபெயர்க்கப்பட்டிருக்கின்றன.

1979இல் 'சக்தி வைத்தியம்' சிறுகதைத் தொகுப்புக்கு சாகித்திய அகாதெமி விருது வழங்கப்பட்டது.

ஆசிரியரின் காலச்சுவடு வெளியீடுகள்

நாவல்
- அமிர்தம்
- மோக முள்
- மலர் மஞ்சம்
- அன்பே ஆரமுதே
- அம்மா வந்தாள்
- உயிர்த் தேன்
- செம்பருத்தி
- மரப்பசு
- நளபாகம்

சிறுகதை
- கொட்டு மேளம்
- சிவப்பு ரிக்ஷா
- சிலிர்ப்பு
- தி. ஜானகிராமன் சிறுகதைகள் (முழுத் தொகுப்பு)
- கச்சேரி (தொகுக்கப்படாத கதைகள்)
- பாயசம்

குறுநாவல்
- அடி
- தி. ஜானகிராமன் குறுநாவல்கள் (முழுத் தொகுப்பு)

பயண நூல்
- நடந்தாய்; வாழி, காவேரி! (சிட்டியுடன்)
- கருங்கடலும் கலைக்கடலும்

வாழ்வியல் சித்திரம்
- அபூர்வ மனிதர்கள்

கட்டுரைகள்
- தி. ஜானகிராமன் கட்டுரைகள்

தி. ஜானகிராமன்

உதய சூரியன்

காலச்சுவடு பதிப்பகம்

● அன்பார்ந்த வாசகருக்கு,

வணக்கம்.

காலச்சுவடு நூலை வாங்கியமைக்கு நன்றி.

நூலின் உள்ளடக்கம், உருவாக்கம், அட்டைப்படம் இன்ன பிற அம்சங்கள் பற்றிய உங்கள் கருத்துகளையும் ஆலோசனைகளையும் காலச்சுவடு வரவேற்கிறது. தகவல், எழுத்து, வாக்கியப் பிழைகள் தென்பட்டால் கட்டாயம் தெரிவித்து உதவுங்கள். நூல் தயாரிப்பில் கடும் குறைபாடு இருப்பின் மாற்றுப் பிரதி உங்களுக்குக் கிடைக்கக் காலச்சுவடு ஏற்பாடு செய்யும்.

மின்னஞ்சல்: **publisher@kalachuvadu.com**

காலச்சுவடு நாகர்கோவில் தலைமையகத்துக்கும் கடிதம் அனுப்பலாம்.

தங்கள்
எஸ்.ஆர். சுந்தரம் (கண்ணன்)
பதிப்பாளர் — நிர்வாக இயக்குநர்

உதய சூரியன் ♦ பயணக் கட்டுரை ♦ தி. ஜானகிராமன் ♦ © உமா சங்கரி ♦ முதல் பதிப்பு: நவம்பர் 1965 ♦ காலச்சுவடு முதல் (குறும்) பதிப்பு: டிசம்பர் 2022, மூன்றாம் பதிப்பு: ஆகஸ்ட் 2023 ♦ வெளியீடு: காலச்சுவடு, 669, கே.பி. சாலை, நாகர்கோவில் 629001

utayacuuriyan ♦ Travelogue ♦ Thi. Janakiraman ♦ © Uma Shankari ♦ Language: Tamil ♦ First Edition: November 1965 ♦ Kalachuvadu First (Short) Edition: December 2022, Third Edition: August 2023 ♦ Size: Demy ♦ Paper: 18.6 kg maplitho ♦ Pages: 128

Published by Kalachuvadu, 669, K.P. Road, Nagercoil 629001, India ♦ Phone: 91-4652-278525 ♦ e-mail: publications@kalachuvadu.com ♦ Printed at Adyar Students xerox Pvt. Ltd., No. 275 Habibullah Road, Triplicane high Road, Opp Triplicane Post Office, Triplicane, Chennai 600005

ISBN: 978-93-5523-256-4

முன்னுரை

1964ஆம் ஆண்டு கல்வி ஒலிபரப்புப் பற்றிய பயிற்சிக்காக ஜப்பானுக்குச் சென்று சில மாதங்கள் தங்கும் அரிய வாய்ப்பு எனக்குக் கிட்டிற்று. அந்த வாய்ப்பை ஏற்படுத்திய, இந்திய அரசின் செய்தி-ஒலிபரப்புப் பிரிவு கல்விப் பிரிவு, யுனெஸ்கோ ஆகியவற்றுக்கு என் முதல் நன்றி உரித்தாகிறது.

ஒரு நாட்டையோ அதன் மக்களையோ சில மாத காலம் தங்கி அறிந்துகொண்டுவிட முடியாது. எனவே, இந்த நூல் ஜப்பானின் ஆத்மாவைப் பற்றிய சர்ச்சை என்று யாரும் நினைக்க வேண்டாம். இது ஒரு எளிய பிரயாண நூல். ஒரு அபூர்வமான அழகான நாட்டைக் கண்ட முதல் அனுபவத்தின் வியப்பின் வெளிப்பாடு. பாரதி கம்பனையும் இளங்கோவையும் பற்றிச் சொன்னதுபோல், பாரத நாட்டையும் பற்றிச் சொல்லலாம். நம்முடைய நாட்டில் அமைந்துள்ள வாழ்க்கைமுறை, அமைதி, திருப்தி, சிந்தனை, ஆத்மீக வளர்ச்சி, கலை உயர்வு – இவற்றை எந்த நாட்டிலும் காண்பதற்கில்லை. நம் நாட்டில் இன்று தோன்றியுள்ள பிரச்னைகள் குறைகள் எல்லாம் தற்காலிகமானவை. வெளிநாட்டுச் சிந்தனைகளின் தாக்குதலாலும், உலகப் போக்கின் கிறுக்குகளாலும் ஏற்பட்டவை. இத்தனையையும் சமாளித்து நிற்கிற ஆத்மீகப் பலமும், பாரம்பரியத் தொடர்ச்சியும், போலிகளை உண்மையென்று மயங்காத அமைதியும் நம் நாட்டிற்கு உண்டு. ஆனால் தற்காலிகமான

குறைகளை ஜப்பான் போன்ற திறமை மிகுந்த நாடுகளைப் பார்த்து நாம் திருத்திக்கொள்ள முடியும். பொருளாதார உதவி, வேறுசில புறமான உதவிகள் – இவை நமக்குப் போதும். அவற்றோடு, அந்நாடுகளின் ஆத்மாக்களையெல்லாம் இங்கு வந்து நட்டுப் பயிராக்க வேண்டியதில்லை. பாரதம் அதை எப்போதும் செய்ததில்லை. செய்யவும் செய்யாது.

இந்தப் புத்தகத்திற்கு ஓவியங்கள் வரைந்து அழகுபடுத்திய நண்பர் கலாசாகரம் ஸ்ரீ ராஜகோபால் அவர்களுக்கு என் நன்றி. அவருடைய இந்த உதவி எனக்குக் காட்டிய தனிப் பெருமை.

இப்புத்தகத்தை முதலில் வாரப் பத்திரிகையில் தொடராக வெளியிட்ட *சுதேசமித்திரன்* நிறுவனத்திற்கும் ஸ்ரீ சி. ஸ்ரீனிவாசன் அவர்களுக்கும், அந்த ஸ்தாபனத்தின் கலைஞருக்கும் இதை வெளியிடும் தமிழ் எழுத்தாளர் கூட்டுறவு சங்கத்திற்கும் நான் மிகவும் கடமைப்பட்டிருக்கிறேன்.

தி. ஜானகிராமன்

முதல் பதிப்புக்கு எழுதியது

1

நிசப்தமாக, வெகு வேகமாக, கம்பீர அமைதியுடன் பறக்கும் என்று அந்த விமானத்தைப் பற்றி எழுதியிருந்தார்கள். அத்தனையும் உண்மையென்று உணர முடிந்தது. பறக்கும்பொழுது பூமியிலிருந்து கிட்டத்தட்ட ஏழு மைல் உயரத்தில், சுமார் அறுநூறு மைல் வேகத்தில், நிசப்தமாக, இம்மியும் அலுங்காமல் குலுங்காமல் பறக்கிறதென்றால் கம்பீரமான அமைதி ஒன்று நமக்கே ஒருவிதத்தில் தோன்றத்தான் செய்கிறது. அலைக் குழம்பாக அடர்ந்து கவ்வும் முகில்களூடே கூட ஏறிக் கடக்கும் பொழுது உலுக்காமல், அதிராமல் விமானத்தைச் செலுத்தினவர்கள் தேர்ந்த அனுபவசாலிகளாகத் தான் இருக்க வேண்டும்; பிரயாணிகளைக் குழந்தைபோல் கவனித்துக்கொள்கிற பொறுப்பும் சிரத்தையும் உள்ளவர்களாக இருக்க வேண்டும்.

ஆனால் ஹாங்காங்கில் அரை மணிநேரம் நின்றுவிட்டு மீண்டும் கிளம்பி முகில்களைக் கிழித்துக் கொண்டு வெற்று வெளிக்குப் போனதும், ஒலி பெருக்கி என்னவோ சொல்லிற்று. "டோக்கியோவில் மப்பும் மூட்டமுமாக இருக்கிறதாம். அறிவிப்பு அப்படிச் சொல்லுகிறது. எனினும், சௌகரியமாகப் பறந்து இறங்கிவிடலாம் என்றே நம்புகிறோம்" என்று சொல்லிற்று அது. பழக்கப்பட்டவர்களுக்கு இது சர்வசாதாரணமாயிருக்கலாம்; என்னைப் போன்றவர்களுக்கு இது சற்று வயிற்றில் புளியைக் கரைக்கத்தான் செய்யும். சிறிது நேரம் அப்படித்தான் இருந்தது. கல்கத்தாவில் புறப்பட்டபொழுது அந்த மாதிரி மூட்ட மப்பு எச்சரிக்கை ஒன்றும் இல்லை; உற்சாகமாக இருந்தது. சற்று மாறுதலான செய்தியை முதல் முறையாகக் கேட்டபொழுது நமநமவென்று வயிற்றை என்னமோ செய்தது.

மண்ணைவிட்டு மேலே பறக்கும் பொழுது மனிதன் இரண்டு வகையாக மாறலாம். பரம பக்தனாக மாறலாம்; பரம சூன்யமாகவும் மாறலாம். முன்பு ஒரு தடவை ஒரு மைசூர்க்காரர் எனக்குப் பக்கத்தில் உட்கார்ந்து பிரயாணம் செய்துகொண்டிருந்தார். விமானம் நின்ற இடத்தில் ஏதாவது சாப்பாட்டுக்குக் கிடைத்தால், உட்கார்ந்து வாய் நிறைய ஆகாரங்களைப் போட்டு மென்று சம்பிரமாகச் சாப்பிடுவார்; திரும்பி வருவார். வந்து உட்கார்ந்த கையோடு இருக்கையைப் பின்னால் சாய்த்துக் காலை நீட்டிக்கொண்டு, மறுநிமிஷம் குறட்டைவிட ஆரம்பித்துவிடுவார். விமானம் மறுபடியும் கீழே இறங்கியதும், அவரை எழுப்பினால்தான் எழுந்திருப்பார். இன்னொருவர் திருவிடைமருதூர்க்காரர். கண்ணை மூட மாட்டார். ஒவ்வொரு கணமும் முகத்தில் சொல்ல முடியாத கிலி. ஓயாமல் உதடு அசைந்துகொண்டேயிருக்கும். சுலோகம் சொல்லிக் கொண்டேயிருப்பார். கொஞ்சம் உயரம் எழுந்தாலே கண்ணில் ஒரு அசாதாரண திகில். இந்தோனேஷ்யக்காரன் ஒருவன் அவரைப் பார்த்துக் கொண்டே வந்தான். “அவர் என்ன சொல்லிக் கொண்டிருக்கிறார்?” என்று கேட்டான். “சுலோகங்கள் – நாமஜபம்” என்று விளக்கினேன்.

“எதற்காக?”

“விமானம் விழுந்து விடாமலிருப்பதற்காக”.

“ஓ,” என்று அவரையே சிறிது நேரம் பார்த்துக் கொண்டிருந்தான். பிறகு “நீங்கள் செய்யவில்லையா ஜபம்?” என்று கேட்டான்.

“செய்துகொண்டுதானிருக்கிறேன். ஆனால் வெளியே அவர்மாதிரி பயத்தைக் காட்டிக்கொள்ள வெட்கமாயிருக்கிறது” என்றேன்.

“கடவுளுக்கு முன்னால் வெட்கம் என்ன?”

“அப்படிச் சொல்லவில்லையே. மனிதர்களுக்கு முன்னால் தானே வெட்கம்?” என்று ஏதோ சொல்லித் தப்பித்துக் கொள்ளவேண்டியிருந்தது.

“நீங்கள் ...?” என்று சிறிது கழித்து அவனைக் கேட்டேன்.

“நானா? நான் ஊரிலேயே, ஏறுவதற்கு முன்னாலேயே செய்து விட்டேன்.”

“... ... ...”

“ஆமாம், அல்லா கையில் என்னை ஒப்படைத்து விட்டேன். இனிமேல் அவன் பொறுப்பு. இஷ்டமிருந்தால் உயிரோடு கொண்டு

சேர்த்து விடுவான். இல்லாவிட்டால் தொப்பென்று கீழே போட்டு என் மண்டை, உங்கள் மண்டை எல்லாவற்றையும் சுக்கலாக உடைத்தாலும் உடைப்பான். எல்லாம் அவன் இஷ்டம்" என்று சிரித்து விட்டுக் காலை நீட்டிக்கொண்டான், அவன்.

அவையெல்லாம் இப்பொழுது நினைவிற்கு வந்தன.

பரம பக்தனாக, பரம நாஸ்திகனாக, பாரத்தை ஒப்படைத்து விட்ட பரம குழந்தையாக, பரம கோழையாக எப்படி வேண்டு மானாலும் இருக்கலாம் பறக்கிற விமானத்தில். "விழுந்து நொறுங்கினால்தான் என்ன குடி முழுகிவிடப் போகிறது, செத்துத்தானே போகப் போகிறோம்?" என்று பரம நாஸ்திகனுக்கும், பாரத்தை ஒப்படைத்தவனுக்கும் இருக்க உரிமை உண்டு. "மிக உயரத்தில் போகும் பொழுது ஒருசமயம் மூச்சுவிட முடியாவிட்டால், பிராண வாயு விநியோகத்தில் கோளாறு வந்துவிட்டால், இதோ இதை எடுத்து மூக்கில் வைத்துக்கொள்ளலாம்" என்று தலைக்குமேல் இருந்து எதையோ பிரித்துக் காண்பித்துவிட்டுப் போகிறாள் உபசார மங்கை. ஒரு க்ஷணத்தில் புரிந்துகொள்ளும் மேதையாக இருந்தால்தான் அவள் சொல்வது புரியும். அவள் நின்று விளக்கமாட்டாள். அவளுக்கு இன்னும் எத்தனையோ வேலை. ஆனால் இந்தமாதிரி இசை கேடுகள் இந்த விமானத்தில் நேராது என்றுதான் அதற்கு அர்த்தம்.

கம்பீர அமைதியுடன்தான் பறந்து கொண்டிருந்தது விமானம். தூக்கம்கூட வந்துவிட்டது. ஏழு மைல் உயரத்தில் பறக்கிற விமானத்திற்குக் காற்றுத் தொல்லைகள் கிடையாது. திடீர் திடீர் என்று தூக்கிப் போட்டு உயிரை வாங்காது. வானில் மிதப்பதுபோன்ற, நிற்பதுபோன்ற ஒரு அமைதிதான். தூக்கத்திற்குக் கேடு இல்லை. ஆனால் அந்தத் தூக்கம் அப்படி நிலைத்து நிற்கிற தூக்கம் இல்லை. திடீர் என்று காரணம் புரியாமல் விழிப்புக் கொடுக்கும். மறுபடியும் கண் மூடும்; திறக்கும். அப்படி ஒருதடவை திறக்கும்போதுதான் ஒலிபெருக்கி கூறிற்று:

"டோக்கியோ நெருங்கி விட்டது: ஆனால் இன்னும் சில விமானங்கள் இறங்கக் காத்துக் கொண்டிருக்கின்றன. எனவே இன்னும் பதினைந்து நிமிடம் ஆகும் இறங்க."

வானத்தில் இதுவரையில் தொங்கினது போதாதா? இன்னும் பதினைந்து நிமிஷமா? அதற்குள் என்னவெல்லாமோ நேரலாமே!

பதினைந்து நிமிடம் சுற்றினோம். கடைசியில் இரவின் பனிப்புகை மூட்டத்தினூடேயே டோக்கியோவின் ஒளிமய மேனி, பலவர்ணத் திரையாக, மின்மினிகள் பளிச்சிடும் மாபெரும் ஆலமரம்போல திக்கை அடைத்து எங்களை நோக்கி எழுந்து வருவதுபோலிருந்தது. பக்கத்தில் நிற்கும் சுவர்போல பூமியைக்

காட்டிப் பிரயாணிகளைச் சற்று மலைக்க வைத்துக்கொண்டே விமானத்தைக் திருப்பிக் குடைசாய்த்து இறங்குகிற வழக்கம் பல விமானிகளுக்கு உண்டு. அந்த விமானி ஒருமுறைகூட அப்படிச் செய்யவில்லை. அவர் கையில் பூமி சுவராக இடம் பெயரவில்லை. கீழே இருக்கிற இடத்தில்தான் இருக்கும். பிரயாணிகளை அவ்வளவு செளகரியமாகக் கொண்டு செல்லும் கரிசனை அவருக்கு.

தரை தட்டுகிறது. விமானம் ஓடித் திரும்பி நின்றுவிட்டது. கதவைத் திறந்து விட்டார்கள். எழுந்து வாசலில் வரும்போதே முறத்தில் எதையோ அள்ளி வீசுவதுபோல் சிலீர் என்று குளிர்ச்சாரலை முகத்தில் கொட்டி வரவேற்றது டோக்கியோ நகரம். வெடவெடவென்று உடல் உதறியெடுத்தது; கோட்டைத் தாண்டி, பனியனையும் தாண்டிக் கிச்சுகிச்சு மூட்டும் குளிர். பல்லைக் கடித்து, கையைமூடிக் கோட்டுப் பையில் திணித்துக் கொண்டு சிறு ஓட்டமும் நடையுமாக விமான தளக் கட்டிடத்துள் நுழைந்துவிட்டோம். அப்பாடா! குப்பென்ற ஒரு வெதவெதப்பு. கண்ணாடிச் சுவர் போட்ட நடையில் நடந்தோம். நடைவளர்ந்து கொண்டேயிருந்தது. வந்தவர்களை விரைவில் பதிவு செய்துகொண்டு அனுப்புவதற்கு அதிகாரிகள் நிறையவே இருந்தார்கள். கால்கடுக்க நிற்கவேண்டியதில்லை. ஆனால் பின்னால் கியூ மட்டும் நீண்டுகொண்டேயிருந்தது. மூன்று நிமிஷத்திற்கு ஒரு விமானம் வந்திறங்கிக் கொண்டிருக்கும் சர்வதேச நிலையம் அது. ஜப்பானிய உபசாரம் அங்கேயே தொடங்கி விடுகிறது. அநாவசியமாகக் காக்க வைக்க மாட்டார்கள். அனுமதிச் சீட்டைப் பார்த்துப் பதிவு செய்துகொண்டவர் “மன்னிக்கவேண்டும்” என்று என் பின்னால் நிற்பவரிடம் வேண்டிக்கொண்டார். பிறகு மேஜைக்கடியிலிருந்து ஒரு பெரிய தகடை எடுத்தார். என் கோட்டுப் பித்தானில் அதை மாட்டினார். “உங்களை அழைத்துப் போக ஒருவர் வந்திருக்கிறார். அவர் அடையாளம் கண்டு கொள்வதற்காகத்தான் இது. நீங்கள் போகலாம்” என்று தலைதாழ்த்தி விடைகொடுத்துவிட்டு. அடுத்து வருபவரிடம் புன்னகையை மாற்றிக்கொண்டார்.

சுங்கத் துறையினர் ஒரு அரை நிமிஷத்தில் சோதனையை முடித்து விட்டார்கள். விமானத்திலிருந்த என் பெட்டி அதற்குள் அங்கே வந்திருந்தது. அனுமதிச் சீட்டைப் பார்த்தார்கள். சிரம் தாழ்த்தி “நீங்கள் போகலாம்” என்று அனுப்பிவிட்டார்கள். எதையெல்லாம் திறந்து கலைக்கச் சொல்லப் போகிறார்களோ என்று யாருமே சுங்கிகளிடம் பயப்படுகிற வழக்கம். சுங்கிச் சிப்பந்திகள் தனி ரசிகர்கள். சிலசமயம் தாறுமாறாகக் கலைப்பார்கள். கடைசியில் சவத்தை அறுத்துச் சோதனை செய்யும் டாக்டர் முடிவில் மூளை, இருதயம் எல்லாவற்றையும் வயிற்றில்

போட்டுக் கட்டித் தைத்து அனுப்புவதுபோல அப்படியே குவித்துத் திணித்து, "போய் வா" என்று அனுப்புகிற சுங்கச் சிப்பந்திகள் எத்தனையோ பேர். ஒரு அங்குலத்தில், முப்பதாயிரத்தில் ஒரு பங்கைக்கூட அளந்துகாட்டும் நுண்ணிய கருவிகளைக்கூட சுண்ணாம்புக் கரண்டான் மாதிரித் தூக்கி எறிந்து கையாளும் பரம விவேகிகளும் உண்டு. உடலிலே இருக்கும் மச்சத்தைக்கூட "இதை எங்கே வாங்கினீர்கள்?" என்று கேட்டாலும் கேட்பார்கள் என்று நண்பர் ஒருவர் சொல்லுகிற வழக்கம். அதனால் நேர்மையாக இருப்பவர்களுக்கே கொஞ்சம் கவலையைக் கொடுத்து விட்டுத்தான் போகச் சொல்லுவார்கள். "பயக்ருத் பயநாசனஹ" என்று இறைவனை வர்ணிக்கிற வழக்கம். பயத்தை உண்டாக்குவானாம்; தீர்க்கவும் தீர்ப்பானாம் அவன். அந்த மகிமை இவர்களுக்கும் உண்டு.

வெளியே வந்தால் ஆயிரக்கணக்கில் கூட்டம். எல்லாம் வருபவர்களை அழைத்துப்போக வந்திருந்த உறவினர்கள், நண்பர்கள். எல்லாம் ஒரே முகமாகத் தோன்றுகிறது. பெட்டியை எடுத்து நகரக்கூட இடமில்லை. போர்ட்டர் கிடையாது. தோள் பை, தோல் பை எல்லாம் கனக்கிறது. நாமாக யாரையும் கண்டுபிடிக்க முடியாது. பேசாமல் நிற்போம், யார் வேண்டுமானாலும் வரட்டும் என்று நின்று கொண்டிருந்தேன். பசிக்கிறதா இல்லையா என்றுகூடத் தெரியவில்லை. விமானத்தில் ஏதோ கொடுத்தார்கள். என்னைப் போன்ற ஆட்களைக் கண்டு பலபேர் பரிதாபப்பட்டுக்கொண்டிருந்தார்கள். ஆடு தொடா இலை, ஆடு தின்னாப்பாளை என்று கேள்விப்பட்ட ஞாபகம். மற்ற புல்பூண்டுத் தாவரங்களெல்லாம் ஆட்டுக்கு வர்ஜ்யம் இல்லை என்று தோன்றுகிறது. ஆனால் மனிதனுக்கு அப்படியில்லையே! விமானத்தில் கொடுத்த ஆகாரங்களைப் பார்த்தால் சைவ உணவா என்று சந்தேகம் வந்துவிடும். உபசார மங்கையைக் கூப்பிட்டுக்கேட்டால், 'காய்கறிதான். நிச்சயமாக; சந்தேகப்படாதீர்கள்' என்று அக்கறையோடு, பரிதாபப் பார்வையோடு உறுதிமொழி கொடுத்துத் தேற்றிவிட்டுப் போகிறாள். என்ன தேற்றினாலும் நம் அழுக்குகளை யார் துடைக்க முடியும்? அதனால் கால்வயிறு சாப்பிட்டுவிட்டு, இப்பொழுது வயிறு குடைகிறது. ஆனால் வரவேற்க வந்த ஆளைக் கண்டுபிடிக்கும் கவலை அந்தப் பசியையும் சாப்பிட்டுவிட்டது. நாமாக அவரைப்போய்க் கண்டுபிடிக்கலாம் என்றால், எங்கே கண்டுபிடிக்கிறது – இத்தனை பெரிய பெட்டியைத் தூக்கிக்கொண்டு?

"ஹல்லோ" என்று குரல்கேட்டது, மெதுவாக.

எங்கோ பார்த்துக் கொண்டிருந்தவன் திரும்பினேன்.

“சுனாக்கிரமான் என்பது நீங்கள்தானா?” என்று கேட்டார் வந்தவர்.

“ஆமாம். நான்தான்.”

“இந்தியாவிலிருந்து வந்திருக்கிறீர்களோ?”

கையை இரண்டு பக்கங்களிலும் சிப்பாய் மாதிரிச் சேர்த்து வைத்து இடுப்பை லேசாக முன் சாய்த்து வணங்கினார் அவர். பார்க்க மிகமிக அழகாக இருந்தது அது.

“நான்தான் ஒகஹானா. உங்களை அழைத்துப்போக வந்திருக்கிறேன். பிரயாணம் சௌகரியம் இருந்ததா? உடம்பு சௌகரியம் தானே?” என்று விசாரித்தார்.

கை குலுக்கினோம். “டாக்சி கிடைக்குமா?” என்று கேட்டேன்.

“கார் கொண்டுவந்திருக்கிறேன், சற்று இருங்கள் இதோ கொண்டுவந்து விடுகிறன்” என்று கூட்டத்திற்குள் மறைந்துவிட்டார்.

ஆயிரம் ஜனங்களுக்கு மேல் கூட்டம். தினப்படி கூட்டம் தான். ஆனால் யாருமே இல்லாததுபோல ஒரு அமைதி அங்கே நிலவியிருந்தது. அப்படிச் சொல்வது சற்று மிகையாக இருக்கலாம். நாலைந்து பேர் இருக்கிறாற்போல என்று வைத்துக் கொள்ளுங்களேன். ஏதோ ரசகியம் பேசுவதுபோல்தான் பேசிக்கொண்டிருக்கிறார்கள். எத்தனை தலைபிய்த்துக்கொள்கிற சந்தோஷம் வந்தாலும் ஒரு நடுத்தர அளவுக்குமேல் குரலை உயர்த்துவதில்லை. காச்சுமூச்சு என்று கத்துவதில்லை. ஜப்பானில் எங்குபோனாலும் காச்சுமூச்சுச் சத்தத்தைக் கேட்க முடியாது என்று பின்பு தெரிந்தது. எப்படி இந்தப் பண்பை உருவேற்றியிருக் கிறார்கள்? மதப் பயிற்சியா? வாழ்க்கை முறையா? பிறவிக் குணமா? இல்லை, நடிப்பா?

பார்த்துக் கொண்டே நிற்கிறேன். விடைபெற்றுக் கொள்ளுகிற அழகும் அப்படித்தான் இருந்தது. நாலுபேர் விடைபெற்றுக் கொள்ளும்போது, சதுரமாக நின்று இடுப்பிலிருந்து முன்சாய்த்துக் குனிந்து, பின்னால் நகர்ந்து பிரிகிற பிரிவில் ஒரு அடக்கம், ஒரு பண்பட்ட அமைதி.

ஒகஹானா வந்து விட்டார். எதிரே ஒரு பெரிய கார் வந்து நின்றது. சாமான்களை அவரே பிடுங்கிக் கொண்டுபோய் வைத்தார். நான் உட்காருவதற்குள் முன்னால்போய் உட்கார்ந்து கொண்டார். இந்தண்டைக் பக்கக் கதவு தானாகத் திறந்து கொண்டது.

“உட்காருங்கள்” என்றார்.

அவர் பக்கத்திலேயே உட்கார்ந்து கொண்டேன்.

"சரியாக உட்கார்ந்து விட்டீர்களா?"

"ம்."

கார் 50, 60, 70 மைல் என்று வேகம் ஏறிக்கொண்டேயிருந்தது; சிலசமயம் எண்பதையும் தாண்டிவிட்டது. திடீர் என்று சுரங்கப் பாதை போன்ற ஒரு பாதையில் புகுந்துவிட்டது. பக்கத்தில் பக்கத்தில் நான்கு கார்கள் தாராளமாகப் போகலாம். பாதையின் சுவர்களில் எல்லாம் வரிசையாக, நெருக்க நெருக்கமாக விளக்குகள். ஒரே வெளிச்சம்.

சர்வதேச ஒலிம்பிக் விளையாட்டுகளை முன்னிட்டு, விமானத் தளத்திற்குள் போவதற்காக பிரத்யேகசாலை ஒன்று அமைத்தார்களாம். அந்தச் சாலையில் போவதற்கு ஒவ்வொரு காரும் மூன்று ரூபாயோ என்னவோ கட்ட வேண்டும். நகரத்திலிருந்து விமானத் தளத்திற்கு வரும்போதே அதை வாங்கிக்கொண்டு விடுகிறார்கள்.

"ஏன் இத்தனை வேகமாகப் போகிறீர்கள்?" என்று கேட்டேன்.

"நேரமாகிவிட்டதே. உங்களைக் கொண்டுவிட்டு நான் வீட்டுக்குப் போக வேண்டும். என் வீடு போக 40 நிமிஷ நேரப் பிரயாணம். மறுபடியும் காலை ஐந்து மணிக்கு நான் வீட்டிலிருந்து புறப்படத் தயாராக வேண்டும்."

கைக் கடிகாரத்தைப் பார்த்தேன். "மணி ஏழேகால் தானே ஆகிறது!" என்றேன்.

"என்ன?" ஒரு பித்தானை அழுத்தினார். காரில் ஒரு மூலையில் நீல விளக்கு ஒன்று எரிந்தது.

"மணி பத்தே முக்காலல்லவா?"

"பத்தே முக்காலா?"

என் கடிகாரத்தை உற்றுப் பார்த்தேன். முள் நகர்ந்து கொண்டிருந்தது. காதில் வைத்தேன், டிக்கிட்டது. நடுவில் நின்று மறுபடியும் ஓடுகிறது.

"உங்கள் நேரத்தை மாற்றி வைத்துக்கொள்ளவில்லையா?"

"இல்லை."

"அப்படியானால் கவலைப் படாதீர்கள். கடிகாரம் நிற்க வில்லை. உங்கள் ஊர்தான் பின்தங்கிவிட்டது" என்று வேகத்தை அதிகப்படுத்தினார் அவர்.

○

2

பின்தங்கி விட்டது என்று ஒகஹானா சாதாரணமாகத்தான் சொன்னார். அவர் குறிப்பிட்டது நம் ஊரின் நேரத்தை. எனக்கு ஊரே, நாடே நினைவுக்கு வந்தது. அமானுஷ்ய சாதனைகள் புரிந்த ஜப்பானியரின் தேசத்தில் அந்த ஒளிச் சுழலுக்கும், வளத்திற்கும், நிறைவுக்கும் நடுவில் போகும்போது, நம் நாடு என்று அந்த நிலைக்கு வரும் என்று சிறிது கவலையாக, ஏக்கமாக இருந்தது. கோடி ஏக்கரா நிலமோ, உள்ளே கோடி கோடியாக இரும்போ, எண்ணெயோ கிடைக்கலாம். ஆனால் மனிதனின் கைதான் அவற்றை வெளியே கொண்டு வரவேண்டும்; செலாவணிச் செல்வமாக்க வேண்டும். இவ்வளவு இருந்தும் சோப்ளாங்கியாக எங்கேயோ பின்னால் நிற்கிறோமே என்று ஏக்கமும் மெய்யான சுரணையும் இருந்தால், அந்தக் கை செயல்பட முடியும். இந்த ஏக்கம், சுரணை, செயல் மூன்றையும்தான் தேசபக்தி என்று சொல்கிறார்கள். செயலளவில் வராமல், உணர்ச்சி அளவில் அது நின்றால் உருப்படியாக எதையும் செய்ய முடிவது அரிது. அலிக்கு ஆன கலியாணம் அது.

தேசபக்தி என்ற சொல்லில் என்னென்ன பொருட்கள் அடங்கியுள்ளன என்று குழம்பிக் கொண்டேயிருந்தேன். உழைப்பு, தெலுங்கு பேசினாலும், மராத்தி பேசினாலும் ஆற்றில் போகிற தண்ணீர் நாட்டுக்கே சொந்தம் என்ற உணர்வு. ஒரு மூலையில் விளைகிற நெல்லும் கோதுமையும் நாடு முழுவதற்கும் பொதுச் சொத்து என்ற உணர்வு, நம்முடைய போஷகரோ, நண்பரோ, கட்சிக்காரரோ, சட்டத்தை மீறிக் கறுப்பு மார்க்கெட்டில் விற்று, சரக்குகளைப் பதுக்கி, பணத்தையும் அடுக்கிக்கொண்டு போனால், நட்பைப் பாராமல் அவரை அம்பலத்தில் தண்டிப்பது, வீடு எரியும்போது பீடி பற்ற வைக்காமல் இருப்பது. தலைபோகிற காரியங்கள் இருக்கும்போது முக்கியமில்லாத,

வீண் கூச்சலிலும் வறட்டு கௌரவத்திலும் தொண்டையையும் நேரத்தையும் பறிகொடுக்காமலிருப்பது – இவையெல்லாம்தான் என்று தோன்றியது.

“ரொம்பக் குளிராக இருக்கிறதோ?” என்று என் நினைவில் குறுக்கிட்டார் ஒகஹானா.

“பரவாயில்லை” என்று நடுங்கிக்கொண்டே சொன்னேன்.

“கண்ணாடியை உயர்த்திக்கொள்ளுங்கள்” என்று சொல்லி விட்டு, இடது கையால் ஒரு விளக்கை ஏற்றினார். ஜப்பானிய மொழியும் கூடக்கூட ஆங்கிலமும் கேட்கத் தொடங்கின.

“என்ன நிகழ்ச்சி இது?”

“இங்கிலீஷ் பாடம்.”

“இரவு வேளையில் இங்கிலீஸ் பாடமா? எதற்கு?”

“ஜெர்மன், பிரஞ்சு எல்லா பாஷைகளும் ரேடியோ கற்றுக் கொடுக்கிறது. இஷ்டமுள்ளவர்கள் கற்றுக்கொள்ளட்டுமே.”

“இதோ ஜப்பானிய மொழியில் என்னமோ சொல்லு கிறார்களே.”

“மொழிபெயர்ப்பு.”

ஜப்பானில் அளவளாவுவது கஷ்டம். இந்தியாவி லிருந்து போகிறவர்களுக்கு மிகவும் கஷ்டம். நமக்கு வாயைத் திறந்தால் முதலில் வருவது ஆங்கிலம். அப்படி நம்மைப் பண்ணிவிட்டிருக்கிறது ஒன்றரை நூற்றாண்டு அடிமை வாழ்வு. பிரிட்டனுடன் நமக்கு ஏற்பட்ட ராஜா–குடி பிணைப்பை விதியின் பிரசாதம் என்று சிலர் அந்தக் காலத்தில் சொல்வார்கள். குப்புற விழுந்தாலும் மீசையில் மண் ஒட்டவில்லை. மோதிரக் குட்டு – இந்த அன்றாட வழக்குகளைத்தான் இதற்கு உவமை யாகக் கூறவேண்டும். இந்த தெய்வப் பிரசாதம் வருவதற்கு எத்தனையோ, நூற்றாண்டுகளுக்கு முன்னமே ராமனையும் அர்ஜுனனையும் காவிய நாயகர்களாகப் படைக்கும் அளவுக்கு நெஞ்சில் தீப்பொறியூட்டும் வீரமும் தியாகமும் இந்த நாட்டில் வளர்ந்திருக்கின்றன என்று அவர்கள் நினைத்துப் பார்க்க வில்லை. ஆனால் ஒரு நோக்கில் அதை தெய்வப் பிரசாதம் என்றுதான் சொல்லவேண்டும். அந்நிய ஆட்சியில் நாம் எத்தனை பேடிகளாக முடியும், முதுகெலும்பு ஒடிந்து கிடக்கமுடியும், எவ்வளவு அடி ஆழத்திற்குப் போகமுடியும், எவ்வளவு அற்ப மான குணங்களை வளர்த்துக்கொள்ள முடியும், நம்முடைய அடுத்த வீட்டுக்காரர்களை எவ்வளவு சுலபமாகக் காட்டிக்

கொடுக்க முடியும், மனிதப் பண்பை எவ்வளவு தூரத்திற்கு இழக்கமுடியும் என்றெல்லாம் வெகுகாலம் கழித்தே நமக்கு ஞானோதயம் ஏற்பட்டது. நெடுநாள் காய்ச்சல் மயக்கத்தில் கிடந்தவன் ஒருநாள் கண்ணைத் திறந்து கண்ணாடியில் முகத்தைப் பார்த்து மெலிவையும் சோர்வையும் கண்டு தான்தானா என்று வியப்பும் கவலையும் அடைவதுபோல் நாமும் ஒருநாள் விழித்து நம்மை நாமே பார்த்துக்கொண்டோம். தெய்வப் பிரசாதம் என்று சொன்ன அறிஞர்கள்கூட இந்த அர்த்தத்தில்தான் கூறினார்களோ என்னவோ.

அந்த தெய்வப் பிரசாதம் இல்லாததால்தான் ஜப்பான் இன்று மேநாடுகள் பயப்படும் அளவுக்குப் பொருளாதார நிலையில் முன்னேறியிருக்கிறது. அந்த தெய்வப் பிரசாதத்தை ராஜா – குடி இணைப்பாகக் கொள்ளாமல் வெறும் கடைக்காரத் தொடர்போடு நிறுத்திக்கொண்ட விவேகமும் தேசபக்தியும் ஜப்பான் அந்தக் காலத்திலேயே புரிந்த மகத்தான சாதனை. அந்நாட்டினர் எவ்வளவு ஜாக்ரதை உள்ளவர்கள் என்பதற்கு இந்த ஒரு சான்றே போதும். தும்பைவிட்டு வாலைப் பிடிப்பதே யில்லை அவர்கள்.

ஜப்பானில் பாஷை புரியாமல் தவித்துத் தண்ணீராக உருகிய நேரங்களில் எல்லாம் இந்த நினைவுகள்தான் வந்தன. அந்நிய நாட்டு மொழிகளை அவர்கள் கற்காமல் இல்லை. நிறையக் கற்கிறார்கள். தேவை உள்ளவர்கள்தான் கற்கிறார்கள். மற்றவர்கள் கற்பதில்லை. ஜப்பானிய மொழியிலேயே மிக உயர்ந்த விஞ்ஞானம், சரித்திரம், தத்துவம் – எல்லாவற்றையும் படித்துவிடுகிறார்கள். ஆரம்பப் பள்ளியிலிருந்து கல்லூரிப் படிப்பு, அதிலேயே மிக உயர்ந்த மேல் படிப்பு, பொறியியல், மருத்துவம் போன்ற தொழிற்கல்வி – எல்லாமே ஜப்பானிய மொழியில்தான் நடைபெறுகின்றன. உலக நாடுகளுக்கெல்லாம் மின்சார உற்பத்தி சாதனங்கள், மின்–டீசல் போக்குவரத்து என்ஜின்கள், மின்னணு இயல் சாதனங்கள், நூற்றுக்கணக்கான கனரக எஃகு இயந்தர வகைகளை உற்பத்தி செய்து விற்பனை செய்யக்கூடிய மாபெரும் தொழிற்சாலைகளின் நிர்வாகிகள், என்ஜினீர்கள், தொழில் நுட்ப நிபுணர்களில் பெரும்பாலோருக்கு ஆங்கிலம் தெரியாது. மொழிபெயர்ப்பாளர் உதவியுடன்தான் அவர்களோடு அளவளாவ வேண்டும். எனவே முக்கியமான ஸ்தாபனங்களில் இத்தகைய மொழிபெயர்ப்பாளர்களைத் தயார் செய்து வைத்திருக்கிறார்கள்.

ஆனால் எல்லோராலும் இது முடியாது. பல தேசத்தவர்கள் வந்து தங்கும் ஹோட்டல்கள், பெரிய பாங்குகள், கல்லூரிகள், இங்கெல்லாம் சமாளித்து விடலாம். கொஞ்சம் நடுத்தர, சிறிய

அளவில் உள்ள கடைகள், ஸ்தாபனங்களுக்குச் சென்றால் சிரமம்தான். ஜாடை காட்டித்தான் பேசவேண்டும். இல்லா விட்டால் ஜப்பானிய மொழியில்தான் பேசியாக வேண்டும்.

டிபார்ட்மெண்ட் ஸ்டோர் என்ற பலசரக்குக் கடைகள் நூற்றுக்கணக்கில் ஜப்பானில் இருக்கின்றன – பெரிது, சிறிது எல்லாமாக. வேடிக்கை பார்ப்பதற்காகத்தான் அங்கே நாங்கள் போகிற வழக்கம். ஜப்பானியர்கள் சாமான்களை அடுக்கி வைக்கிற அழகே தனி. கச்சிதம், ஒழுங்கு, திறமை இவற்றோடு அவர்களுக்கே உரிய ஒரு கலையழகு அதில் நிறைந்து விளங்கும். அதையே நாள் முழுதும் பார்த்துக் கொண்டிருக்கலாம்.

ஒரு நாளைக்கு ஏதோ சாமான் வாங்கவேண்டியிருந்தது. ஒரு ஸ்டோருக்குச் சென்று ஒரு ஐந்து நிமிஷ நேரம் இங்கிலீஷில் தவித்துக்கொண்டு நின்றேன். கடைசியில் விற்பனை செய்கிற பெண்ணுக்குச் சிரிப்பு வந்து விட்டது; “சொத்தொ!” என்று சொல்லிவிட்டுக் கூட்டத்தில் எங்கேயோ மறைந்துவிட்டாள். பலசரக்கு மாளிகைகள் ஏழெட்டு மாடி கொண்டவையாக இருக்கும். ஒவ்வொரு மாடியும் சிறிய தெருவளவு இருக்கும். எங்கேயோ போய்க் கொண்டிருந்தாள் அவள். ஒரு நாலு நிமிஷம் கழித்து ஒரு பெண்ணை அழைத்துக்கொண்டு வந்தாள். “என்ன வேண்டும் உங்களுக்கு?” என்று ஆங்கிலத்தையே தாய்மொழியாகக் கொண்டவர் பேசும் ஆங்கிலத்தில் கேட்டாள் அவள். தேவைகளை விளக்கிச் சொன்னேன். கடைசியில் நான் கேட்ட அந்தச் சாமான் – ஒரு குறிப்பிட்ட கம்பெனி தயாரிக்கும் சாமான் – அங்கேயில்லை என்று தெரிந்தது. இது முடியப் பத்து நிமிஷமாயிற்று.

இந்த மாதிரி ஆங்கிலம் தெரிந்த சிப்பந்திகள் பலர் உண்டு. ஆனால் அவர்களில் பலவகை. “யூ ஆர் தூ திஃபிகல்ட்”, “ஸ்லோலி, ஸ்லோலி, ப்ளீஸ்” – “நீங்கள் பேசுவது புரிந்துகொள்வது கஷ்டமாக இருக்கிறது. சற்று மெள்ளப் பேசுங்கள்” என்று பலர் சொல்வதுண்டு. நாம் பேசும் ஆங்கிலம் புத்தகத்திலிருந்து தெரிந்துகொண்டது. வழக்கு மொழியல்ல. எனவே நாலு ஐந்து ஒலிகள் கொண்ட ஆங்கில வார்த்தைகள் நமக்கு சர்வ சகஜம். ஆங்கிலேயர்களுக்கே சில சமயம் புரியாது. ஜப்பானில், அதுவும் கடைக்காரப் பெண்ணிடம் என்ன செய்யமுடியும்?

ஆங்கிலம் உலகம் முழுவதும் பரவிவிட்ட மொழி. ஒவ்வொரு மண்ணிலும் ஒவ்வொரு மக்கள் நாவிலும் அது பல வடிவம் எடுத்திருக்கிறது. பிரிட்டிஷ் ஆங்கிலம், அமெரிக்க ஆங்கிலம், ஆஸ்திரேலிய ஆங்கிலம், இந்திய ஆங்கிலம் என்று பல சொரூபங்கள் அதற்கு உண்டு. தாய் நாடான பிரிட்டனிலேயே அதற்கு எத்தனையோ வடிவங்கள். திருநெல்வேலித் தமிழ், சென்னைத்

தமிழ், பாலக்காட்டுத் தமிழ், கொங்குத் தமிழ்போல. இதைத் தவிர மலாய்த் தமிழ், இலங்கைத் தமிழ் என்று அந்நிய வடிவங்களும் நம்முடைய தமிழே எடுத்திருக்கிறது. ஆங்கிலமும் இப்படி ஒரு ஆயிரம் தலை பாஷைதான். இந்தியாவிலேயே வங்காள ஆங்கிலம், மலையாள ஆங்கிலம், இந்தி ஆங்கிலம், குஜராத்தி ஆங்கிலம் என்று அந்தந்தச் சீமையின் மொழியில் வழங்கும் ஏற்ற இறக்கங்கள், மரபுகளை ஆங்கில மொழி தனதாக்கிக் கொண்டிருக்கிறது. ஜப்பானில் அதிகமாகச் செல்வாக்குப் பெற்றிருப்பது அமெரிக்க ஆங்கில பேச்சு முறை. எனவே நான் பேசியபோது "இன்னும் தெளிவாகப் பேசுங்கள். ஏனென்றால் நீங்கள் வேகமாகப் பேசுவது மட்டுமில்லை. இந்தியப் பேச்சுச் சாயல் அதிகமாக இருக்கிறது. புரிந்து கொள்வது சற்று சிரமமாக இருக்கிறது. அதனால் சற்று மெள்ளப் பேசினால் நல்லது" என்று மூன்று, நான்கு ஜப்பானியர்கள் சொல்லிவிட்டார்கள். அங்கு வந்திருந்த வேறு சில இந்தியர்களைக் கேட்டபொழுது ஜப்பானியர்கள் சொன்னது தவறில்லை என்று தெரிந்தது.

எனவே இந்த வெள்ளத்தில் எதிர்நீச்சுப் போட்டுத் திணறிக்கொண்டேயிருந்தோம். முக்கியமாக இந்தத் தவிப்பு பசிக்கும்போதுதான் அதிகமாக இருக்கும். காபிக் கடைகளில் சர்வ சகஜமாகப் பட்ட கஷ்டம் இது. ஜப்பானில் கறுப்புக் காபி குடிக்கிற பழக்கம் பெருகி உள்ளது. கெட்டியாக டிகாக்ஷன் போட்டு, பால் கலக்காமல், சர்க்கரை போட்டோ போடாமலோ குடித்து விடுகிறார்கள். பால் வேண்டும் என்றால் புட்டிகளில் அடைத்த க்ரீம் பால்தான். புதுப் பாலைச் சுடவைத்து லேசாகக் கலந்து கொள்ளுகிற வழக்கம் சொற்பம். புதுப் பால் வேண்டும், சூடான பால் வேண்டும் என்று சொல்ல நாங்கள் கையை ஆட்டி ஆட்டி அபிநயம் செய்ய வேண்டியிருந்தது. "மிலுகு ?" என்று கேட்டார்கள். "பாலா" என்று அர்த்தம். க்ரீம் பாலைக் கொண்டு வருவார்கள். அதில்லை என்று கையை ஆட்டி, பால் கறந்து காட்டிச் சொன்னால் சிரிப்பார்கள். கடைசியில் கறந்த "மிலுகு" எங்கே என்று நாங்களே கண்டுபிடித்து, அதை அடுப்பின்மேல் வை என்று விரலால் காட்டின பிறகு "ஓ, ஆத்து மிலுகு !" என்று புரிந்துகொண்டு விட்டதைத் தெரிவிப்பார்கள். "ஓ ! சூடான பால் வேண்டுமா ?" என்று அர்த்தம். அதைத் தொடர்ந்து "இதை அப்பவே சொல்லியிருக்கக்கூடாதோ ?" என்று சொல்கிற ஒரு பார்வை, ஒரு சிரிப்பு, ஒரு பரிதாபப்படும் பார்வை. டோக்கியோவைக் கடந்து உட்புற ஊர்களில் போய்விட்டால் "ப்ரெட்" என்று சொன்னால் பெரும்பாலும் புரியாது. பான் என்று சொல்லவேண்டும். "ஓயு" என்றால் வெந்நீர். கெட்டிக் காப்பியைப் பார்த்து அதைச் சற்று இளகவைக்க வெந்நீர் கேட்டபோது, ஒரு ஜப்பானிய சர்வர் ஒரு பேலா நிறைய வெந்நீரைக் கொண்டுவந்து அவசர அவசரமாக என் எதிரே

இருந்த நான்கு அவுன்ஸ் காபியை அதிலே கொட்டிவிட்டு நின்றார். "அடாடா!" என்று கலங்கினோம். வெறும் வெந்நீராகி விட்டது. "இதையா சாப்பிடுகிறீர்கள், பாவம்" என்று பரிதாபப்பட்டுச் சிரிக்கவேறு செய்தார் அவர். "ஒரு டம்ளர் வெந்நீர் தானே கேட்டோம்? பேலாவில்தான் கொண்டு வந்தீர்கள். அதைச் சும்மா வைத்துவிட்டுப் போயிருக்கக் கூடாதோ? நாங்களே வேண்டும் அளவுக்குக் கலந்து கொண்டிருப்போம்!" என்று இங்கிலீஷில் அழுதோம். அவர் கையை விரித்துக்கொண்டே சிரித்தார்.

இந்த பாஷை புரியாத வேடிக்கை கோலாகலமாக ஒரு நாள் வளர்ந்ததாம். நாங்கள் தங்கியிருந்த விடுதியில் தாய்லாந்து, மத்திய அமெரிக்கா, இந்தோனேஷ்யா, ஆப்ரிக்கா, பர்மா முதலிய பல இடங்களிலிருந்து மாணவர்களும், உத்தியோகஸ்தர்களும் வந்து தங்கியிருந்தார்கள். முதல் மாடியில் சாப்பாட்டுக்கூடம், சமையலறை. ஆப்ரிக்க நீக்ரோ மாணவர் ஒருவர் மேஜைமுன் உட்கார்ந்து சாப்பிட்டுக் கொண்டேயிருந்தவர், இடையில் கையலம்பவோ, துப்பவோ கழுவும் பேசினைப் பார்க்க எழுந்துபோனார். போனவர் சும்மா போயிருக்கலாம். பக்கத்தில் நின்ற ஜப்பானியப் பணிப் பெண்ணிடம் "இதோ கையலம்பிவிட்டு வந்து விடுகிறேன்" என்று சொல்லிவிட்டுப் போனார். அவள் உடனே "நான் சாப்பிட்டாகி விட்டது. இதையெல்லாம் கழுவ எடுத்துக்கொண்டு போகலாம்" என்று அர்த்தம் செய்துகொண்டுவிட்டாள். அவர் கால்வாசிகூடச் சாப்பிடாமல் வைத்திருந்த அரிசி, இறைச்சி, வியஞ்சன சாமான்கள் – எல்லாவற்றையும், விறுவிறுவென்று பெரிய தட்டில் எடுத்துக் கொண்டுபோய் கழுவு தொட்டியில் போட்டு விட்டுப் போய்விட்டாள். திரும்பி வந்த ஆப்ரிக்கர் மேஜை யிலிருந்து எல்லாம் மாயமாக மறைந்துவிட்டதைப் பார்த்துத் திகைத்துப்போய் நின்றார். "என்ன இது?" என்றார். கொடிய பசியுடன் பக்கத்து மேஜைகளிலிருந்தவர்களைப் பார்த்தார். உள்ளே போய் அவளைக் கூப்பிட்டுக்கொண்டு வந்தார். மேஜையைக் காட்டினார். "ஏன் எடுத்துக்கொண்டு போய்விட்டாய்?" என்றார். அவள் குழம்பி நின்றாள். சிரித்தாள். அவர் சுற்றியிருப்பவர்களைப் பார்த்து "பாதி சாப்பிடக்கூட இல்லை, எடுத்துப் போய்விட்டாள்" என்று கண் சிவக்கப் புகார் செய்தார். குரலை உயர்த்தினார். சுருங்கச் சொன்னால் கோபம் தாங்காமல் குமைந்தார். "ஓ" என்றார்கள் சுற்றிலும் உண்டுகொண்டிருந்தவர்கள்.

இங்கிலீஷ் தெரிந்த கான்டீன் மானேஜரைக் காண வில்லை. யாரிடம் சொல்வது என்று புரியவில்லை. அந்த மாணவர் கத்திக்கொண்டேயிருந்தார். அந்தப் பெண் கலவரமடைந்து உள்ளே ஓடினாள். இன்னும் இரண்டு மூன்று பணிப் பெண்களை இழுத்து வந்தாள். நால்வரும் அவரைச் சுற்றி "இச்சிநீ ஸான்

யோங்...” என்று பாடிக்கொண்டே ஆட ஆரம்பித்து விட்டார்கள். சிரித்தார்கள். வேடிக்கை பார்த்த மற்றவர்களுக்கும் சிரிப்பு வந்தது.

கான்டீன் மானேஜர் நல்ல சமயத்திற்கு வந்து விட்டார். “இச்சி நீ ஸான் யோங் ...” என்று நடனம் மட்டும் நடந்து கொண்டேயிருந்தது. “ஒண்ணு, இரண்டு, மூணு, நாலு ...” என்று சிரித்துக்கொண்டே ஆடினார்கள் அவர்கள். ஆப்ரிக்கரும் அதைப் பார்த்துச் சிரித்தார். மானேஜர் அவரிடம் விஷயத்தைக் கேட்டுத் தெரிந்து கொண்டார்.

“ஏன் இப்படி ஆடுகிறார்கள்? சிரிக்கிறார்கள்?” என்று ஆப்ரிக்கர் கேட்டார்.

“உங்கள் கோபத்தைச் சாந்தப்படுத்துவதற்காக.”

“என் கோபம் அப்போதே தணிந்துவிட்டதே. பசி தான் தணியவில்லை. இல்லாவிட்டால் நானும் சேர்ந்து ஆட ஆரம்பித்திருப்பேன்” என்று சிரித்தார் ஆப்பிரிக்கர்.

மானேஜர் நடனத்தைக் கலைத்துவிட்டு வேறு ஒரு செட் சாப்பாடு கொண்டுவரச் சொன்னார்.

சாமிநாதன் இதைச் சொல்லும்போது நேரில் பார்ப்பது போலிருக்கும்.

இவையெல்லாம் பின்னால் நடந்தவை. ஒகஹானாவுடன் காரில் போகும்போது ரேடியோவில் கேட்ட ஆங்கிலப் பாடம் பற்றிச் சொல்லப்போய் எங்கெங்கோ போய்விட்டது.

பெரிய சாலைகளில் விரைந்து கொண்டிருந்த கார் திடீரென்று ஒரு ஏற்றத்தில் ஏறிற்று. மீண்டும் திரும்பிற்று. ஒரு சந்து வழியாகக் கடந்து ஒரு ஐந்து மாடிக் கட்டிடத்தின் முன் நின்றது. பெட்டியை எடுத்துக்கொண்டு இறங்கினோம். கட்டிடத்தின் வாயில் முழுவதும் நீளமாகக் கண்ணாடிச் சுவர். அருகே போனதும் தானாகத் திறந்து கொண்டது கதவு. நாங்கள் அப்பால் போனதும் தானாக மூடிக்கொண்டது.

ஒரே ஒரு குமாஸ்தா உட்கார்ந்திருந்தார், “உங்களுக்கு ஐந்தாவது மாடியில் அறை தயாராயிருக்கிறது” என்று ஒகஹானா சொல்லிவிட்டுச் சாவியுடன் கூடவே வந்தார். பெட்டியைத் தூக்கி லிப்ட்டில் வைத்தேன். ஐந்தாவது மாடியில் ஒரு அறையில் இருவரும் என்னைக் கொண்டுவந்துவிட்டார்கள். ஒரு ஓசை, ஒரு பேச்சு இல்லை, நீளமான நடை. இரு மருங்கிலும் முப்பது அறைகள் இருக்கும். எங்கும் நிசப்தம். அமைதி. திடீர் என்று ஒரு தனிமை கவ்விக்கொண்டது.

"நான் ஒருவன்தான் இந்த மாடியில் இருக்கிறேனா?"

"இல்லை. எல்லா அறைகளிலும் இருக்கிறார்கள் ... தூங்கி விட்டார்கள் ..."

"அதற்குள்ளா?"

"மணி என்ன?"

"ஏழே முக்கால்."

"இல்லையே – பதினொன்றேகாலல்லவா?" என்று தன் கடிகாரத்தைப் பார்த்துச் சொன்னார். "இந்தியாவைவிட மூன்றரை மணி நேரம் இங்கே அதிகம் ... சரி, நன்றாகத் தூங்குங்கள். காலையில் வந்து எழுப்புகிறேன்."

"பசிக்கு ... ஏதாவது ..."

"அடாடா, கான்டீன் மூடியாகிவிட்டதே... பரவாயில்லை. விடியற்காலையில் நான் வந்து விடுகிறேன்" என்று நகர்ந்தார். "நீங்கள் விமானத்திலேயே சாப்பிட்டிருப்பீர்கள் என்று நினைத்திருந்தேன்" என்று நின்றார்.

"சாப்பிட்டேன் ... ஆனால் சும்மா பால் கீல் கிடைக்குமோ என்று கேட்டேன்."

"ஒன்பது மணிக்கே கான்டீன் மூடிவிடுவார்கள்" என்று கூறி விடைபெற்றார்.

கைக்கடிகாரத்தைப் பார்த்தேன். ஏழு ஐம்பது. ஊரில் என்ன செய்து கொண்டிருப்பார்கள் என்று யோசித்துக்கொண்டே பெட்டியைத் திறந்து ஒரு பாலிதீன் பையிலிருந்த ரவா லாடுகள் மூன்றையும் காராசேவையும் தின்றுவிட்டு, குழாயிலிருந்து வெந்நீரை ஏந்திக் குடித்துவிட்டு, குமாஸ்தா கொடுத்துவிட்டுப் போன தடிக் கம்பளியைப் போர்த்திப் படுத்துக்கொண்டேன்.

நேற்றுக் காலை சென்னையில் புறப்பட்டு, இன்று காலை கல்கத்தாவில் புறப்பட்டு, நாலாயிரம் மைல் தாண்டி இங்கே வந்து படுத்து ...

குளிர் தாங்கவில்லை. தூக்கம் வரவில்லை. முழங்கா லிடுக்கில் கை இரண்டையும் இடுக்கிக் கூனிக் குறுகிய போது இதமாயிருந்தது.

○

3

வெகு நேரம் வரையில் தூக்கம் வரவில்லை. கட்டிலின்மீது இரண்டு மெத்தை. அதற்குமேல் வழவழவென்று பட்டுப்போன்ற கம்பளி. போர்த்திக் கொள்ள இன்னொரு மெத்தை – இத்தனைக்கும் குளிர் அசைந்து கொடுக்கவில்லை. முழங்கா லிடுக்கில் கையைக் கொடுத்து வெதவெதப்பை நம் உடலிலேயே பெற்றுக்கொள்ள வேண்டி யிருந்தது. விளக்கைப் போட்டுப் பார்த்ததில் மணி பன்னிரண்டேகால் ஆகியிருந்தது. அதாவது, நம் ஊர் நேரம் அது; ஜப்பானிய நேரப்படி இரவு மணி மூன்றேமுக்கால் இருக்கும் – விடியற்காலை மூன்றே முக்கால். இன்னும் இரண்டு ஒருமணி நேரத்திற்குப் பிறகு விடிந்துவிடும். நான் இன்னும் தூங்கவில்லை. தூங்காவிட்டால் குடியே முழுகிப் போய்விடும் என்றுதான் கேட்டுக் கேட்டுப் பழக்கம் நமக்கு. என்னமோ முக்கியமான தர்மம் தவறிப் போய்விட்டதுபோல.

“தூக்கமில்லை; புரண்டுகொண்டே இருந்தேன்” என்று பொதுவாக ஒரு புலம்பலையும் தன்னிரக்கத்தையும் கேட்டுக் கேட்டுப் பழக்க மாகிவிட்டது நமக்கு. தூக்கம் வராததை ஏன் பெரிய குற்றமாகத் தலையில் போட்டுக் கொள்கிறார்கள்? எல்லோரும் ஒரு காரியத்தைச் செய்யும்பொழுது ஒரு ஆள் மட்டும் சும்மா இருக்கிறதா என்ற கடமை தவறிய குறுகுறுப்பா? எனக்கு இது புரிகிற தில்லை. ஆனால் புலம்பல் மட்டும் உள்ளே கேட்டுக்கொண்டேதானிருக்கிறது. பாலோடை வைத்துப்போட்டின புலம்பல் வேறு என்ன செய்யும்?

அன்று மட்டுமில்லை. ஜப்பானில் இருந்த வரையில் அப்படித்தான் இருந்தது – நம் ஊரில் இருந்ததைப் போலவே. பக்கத்து அறையில் இருப்பவர், அதற்கும் அடுத்த அறையிலிருப்பவர், அதற்கும் அடுத்த, அதற்கும் அடுத்த, அடுத்த, அடுத்த

அறையிலிருப்பவர்கள் எல்லாம் பத்து மணிக்கோ பதினொரு மணிக்கோ தூங்கிக் கொண்டிருந்தார்கள். இத்தனைக்கும் அவர்கள் என்னைப்போல வேறு நாடுகளிலிருந்து வந்தவர்கள். உலகம் முழுவதும் இப்படித்தான் இருக்கும் போலிருக்கிறது. இருட்டினதும், அல்லது இரவில் தூங்கவேண்டும் என்று எந்த சாஸ்திரத்தில் எழுதியிருக்கிறார்கள்? தூங்காதவர்களை எல்லாம் நிசாசரர்கள் என்று பேர் வைத்து ஒரு போக்கிரிக் கூட்டத்தைப் படைத்திருக்கிறார்களே!

நான் முதல் வாரம் தங்கியிருந்த விடுதியிலும் அப்படித்தான். பத்து, பதினோரு மணியானதும் ஐந்து மாடியிலும் நடையெல்லாம் நிசப்தமாகிவிடும். அறையெல்லாம் இருட்டிவிடும். சாப்பிடுகிற இடம் மூடிக்கிடக்கும். ஜப்பான் என்னமோ பிரமாதமாக முன்னேறிவிட்ட நாடு, அமெரிக்கா, ஜெர்மனி, ரஷியாவோடெல்லாம் போட்டிபோட ஆரம்பித்துவிட்டது. அமெரிக்கா போன்ற நாடுகள் அதன் வளர்ச்சியைக் கண்டு சற்று பயப்படக்கூடச் செய்கிறார்கள் என்றெல்லாம் சொல்கிறார்கள். ஆனால் இந்தத் தூக்கம் சம்பந்தப்பட்ட வரையில் அதுவும் நம்மைப்போல்தான் இருக்கிறது. அங்கேயே ஒன்பது மணிக்கு அப்புறம் தெருவில் நடமாட்டம் உறங்கிவிடுகிறது. கடைகளை மூடிவிடுகிறார்கள். கார், டிராம் எல்லாம் ஓயத் தொடங்குகின்றன. நிசப்தம் கவிகிறது. சே! என்ன உலகம்!

ஆனால் கடவுளுக்கு கருணைசாலி என்று ஒரு அடைமொழி கொடுத்திருக்கிறார்களே, அதற்குத் தகுதி பெறவாவது அவர் ஏதாவது செய்யாமலிருப்பாரா? என்னைப்போல ஓரிரண்டு பேரைக் கொண்டு விட்டிருந்தார். அதில் ஒருவர் நம் நாட்டைச் சேர்ந்தவர்; தமிழ்நாட்டையே சேர்ந்தவர். அவர் இப்பொழுது மலையாளத்திலிருக்கிறார். விடியற்காலையில் படுக்கை கொள்ளாமல் எழுந்து கீழே போனபோது, யாரோ ஒரு உயரமான மனிதர் “நீங்கள் இந்தியாவிலிருந்து வந்திருக்கிறீர்களோ?” என்று கேட்டார். அவர் பெயர் கோஸ்லா என்று நினைக்கிறேன். பல் டாக்டர் என்று சொன்ன ஞாபகம். ஜப்பானுக்கு பயிற்சிக்காகவோ, பணி செய்யவோ வந்திருப்பதாகச் சொன்ன ஞாபகம். “நீங்கள் தமிழ் பேசுகிறவரோ?” என்று கேட்டுவிட்டு, “அப்படி இன்னொருவர் வந்திருக்கிறார்; ‘சாமிநாதன்’ என்று பெயர். மூன்றாவது மாடியில் இருக்கிறார் என்று நினைக்கிறேன். நம்பர் ஞாபகமில்லை. அறைக் கதவிலேயே பேர் எழுதி ஒட்டியிருக்கிறது” என்றார். ஓடோடி மூன்றாவது மாடிக்குப் போனேன். சாமிநாதன் என்ற பெயரைப் பார்த்ததும், விரலால் கதவைத் தட்டிவிட்டுக் காத்திருக்கிற மரியாதைகூடப் பறந்து போய்விட்டது. திறந்தே பார்ப்போமே என்று தாழ்ப்பாளைத் திருகினேன். கதவு திறந்துகொண்டது.

ஜப்பானில் கதவைத் தாழிட வேண்டிய அவசியமே இல்லை என்று மன்னன் தூங்குகிறார் போலிருக்கிறது! அங்கே யாரையும் காணவில்லை; ஒரு பெரிய கம்பளி மூட்டைதான் கட்டிலில் கிடந்தது. நான் யோசிப்பதற்குள் அந்த மூட்டை அசைந்தது. தலைமாட்டில் கம்பளி விலகிற்று. சுருட்டைக் கிராப்பும் ஒரு நாள் ரோமமுமாக ஒரு முகம் என்னைப் பார்த்தது. முதலில் அதற்கு எதுவுமே புரியவில்லை. ஐந்து விநாடி ஒன்றுமே புரியாத விழிப்பு. பிறகு திகைப்பு — அவர் என்னுடைய நெடுநாள் நண்பர்.

"நான்தானையா" என்றேன்.

"எங்கேய்யா, நீரா! இங்கே எங்கய்யா வந்தீர்?" என்று போர்வையை ஒரே வீசாக வீசிவிட்டு எழுந்தார். ஒரு பத்து விநாடி கனவு காண்பதாகவே அவருக்கு பிரமை.

"உம்மைத்தான் பார்க்க வந்தேன்."

"என்னையா! எதுக்கு?"

"சும்மாத்தான். நீர் இதே கட்டிடத்திலே இருப்பதாகச் சொன்னார்கள். அதுதான் வந்தேன்."

"யார் சொன்னார்கள்?"

"கோஸ்லா."

"எப்போது?"

"இப்போதுதான்."

"நீர் எதற்காக அவரைப் பார்த்தீர்?"

"எதற்காகவும் பார்க்கவில்லை. சும்மா இப்படி கீழே போனேன். அவர் பார்த்தார். நானும் பார்த்தேன், பேசினேன்."

சாமிநாதன் தட்டித் தடுமாறிக் கொண்டிருந்தார். தன் ஊரிலிருந்து ஒருவர், தன் பாஷை பேசக்கூடியவர், சாம்பாரும் ரசமும் சாப்பிடக்கூடியவர், தான் வந்த ஊருக்கு வந்து, தான் இருக்கிற கட்டிடத்திலேயே இருந்து, தனக்குத் தெரியாமல், தன்னை வந்து விடியற்காலையில் எழுப்புவதென்றால்?... அவருக்கு ஒரு பத்து விநாடி ஒன்றும் புரியவில்லை. கேள்விகளை முன்னும் பின்னுமாகக் கேட்டுக் கொண்டிருந்தார். தூக்கத்தைத் தெளிய வைத்துக் கொள்கிற கேள்விகள் என்று அவருக்கே சிறிது நேரம் புரியவில்லை.

"நீர் எப்பொழுது வந்தீர்?"

"நேற்று ராத்திரி; பதினோரு மணிக்கு."

தி. ஜானகிராமன்

“எங்கேர்ந்து?”

“மெட்ராஸ்லேர்ந்து.”

அவருக்கு வியப்பு அடங்க இரண்டு மூன்று நிமிஷமாயிற்று. அவர் நெடுநாளைய நண்பர். என்னுடன் ஒரே ஆபீசில் ஐந்து வருடங்களுக்கு முன்புவரை வேலை செய்தவர். நல்ல எழுத்தாளர். கவிநயம் படைத்தவர். கவிதைகள் எழுதுகிறவர். ஆனால் இத்தனையையும் அந்த ஒரு கணத்தில் துள்ளின பூரிப்புக்குக் காரணமாகச் சொல்ல முடியாது. இதெல்லாம் இரண்டாவது காரணம். முதல் காரணம், நம்மூர்க்காரன், நம் மொழி பேசுகிறவன், நம்மைப்போல் ஒரே சாப்பாடு சாப்பிடுகிறவன் என்ற உணர்வுதான்.

இப்போது நினைக்கும்போது வேடிக்கையாகத்தானிருக் கிறது; உலகம் ஒரு குடும்பம் என்று சொல்லுகிறோம். யாதும் ஊரே, யாவரும் கேளிர் என்று சொல்லிக் கொடுத்திருக் கிறார்கள். ஆனால் ஐயாயிரம் மைலுக்கப்பால், நம் ஊர்க்காரனை, நம் மொழி பேசுகிறவனை, நம் சாப்பாட்டைச் சாப்பிடுகிறவனைக் கண்டால் ஏன் ஒரே பாய்ச்சலாகப் பாய்ந்து விழுந்து கட்டிக்கொள்கிறோம்? ஒருலகவாதிகளுக்கும், தலைகீழாக நின்று எதையும் பார்க்கக் கற்றுக் கொண்டவர் களுக்கும் முதல் உணர்ச்சிகளை விட்டு, இரண்டாவது, மூன்றாவது உணர்ச்சிகளையே உணரப் பழகிவிட்டவர்களுக்கும் இந்தப் பூரிப்பு குழந்தைத்தனமானது என்றோ பாமரமானது என்றோ தோன்றக்கூடும். ஆனால் பூரிப்பு ஏற்படுவதை மறுப்பதற்கில்லை. மெத்தப் படித்ததாலோ, சுற்றினதாலோ இது மறைந்துவிடும் என்று சொல்வதற்கில்லை.

சீமைப்பற்று வஜ்ரப்பசை. அதை அவ்வளவு லேசில் பிரித்துவிட முடியாது. இது எல்லாரிடமும் உள்ளதுதான். சிற்சிலரிடம் அதிகமாக இருக்கிறது என்பதையும் சொல்ல வேண்டும். என்னுடைய சிறிய அனுபவத்தில் மலையாளிகளிடம் இது அதிகம் என்றே சொல்வேன். சொற்ப சம்பாத்தியத்திற்காக, தங்கள் சீமையைவிட்டு அவர்கள் எத்தனையோ தூரம் செல்லக் கூடியவர்கள். ஆனால் அங்கே தங்கள் நாட்டவர்கள் எத்தனை பேர் இருந்தாலும் ஒரு மலையாளி கிடைத்துவிட்டால், இரண்டு பேரும் கூடிக்குலாவிக்கொண்டு கிளம்பி விடுவார்கள். என்னுடைய அனுபவத்தில் மலையாளிகளை இந்தமாதிரி சந்தர்ப்பங்களில் அதிகமாகப் பார்த்திருப்பதால், அவர்களிடம் இந்தப் பற்று அதிகம் என்று சொல்லத்தோன்றிற்று. சற்று யோசித்துப் பார்த்தால் அவர்கள் மட்டும் இல்லை. எல்லோருமே இப்படித்தான் என்பது விளங்கும். ஒருலகவாதம், உலகக் குடும்பவாதம் எல்லாம்

எத்தனையோ செய்துகொண்டிருக்கலாம். ஆனால் இயற்கையாக, தானாகத் துள்ளிப் பாய்கிற மண் வாடையை கூடாது என்று யார் தடுக்க முடியும்? பாமரன் என்று சொல்லிவிட்டுப் போகட்டும், பரவாயில்லை. பாமரனாயிருப்பது எத்தனை சமயங்களில் சொர்க்கமாக இருக்கிறது!

“சாமிநாதன், பசி தாங்கவில்லை. நேற்று மாலை சாப்பிட்டதுதான்” என்றேன்.

“இதோ” என்று பல்லைத் தேய்த்தார் அவர். முகத்தைக் கழுவிக்கொண்டார்; உடையை மாற்றிக்கொண்டார். “வாருங்கள்” என்றார். கீழே இறங்கினோம், சாப்பாட்டு ஹாலில் பல நாட்டு முகங்கள் தெரிந்தன. ஆசியாவிலுள்ள அத்தனை தேசங்களின் முகங்களையும் கண்காட்சி வைத்தாற்போலிருந்தது. ஆப்பிரிக்க முகங்கள் வேறு.

“உங்களுக்கு ஒன்றும் தெரியாது. நீங்கள் பேசாமல் வாருங்கள். நான் எல்லாம் வாங்கித் தருகிறேன்” என்றார் சாமிநாதன்.

நூறு யென் வீதம் இரண்டு உணவு முத்திரைகளை வாங்கிக்கொண்டார். ஜப்பானில் நூறு ஆயிரம் லட்சக் கணக்கில்தான் பேச்சு. “உங்களுக்கு என்ன சம்பளம்?” – “நாற்ப தாயிரம்.” “இந்தக் குடை என்ன விலை?” – “மூவாயிரத்து ஐந்நூறு”. லட்சக்கணக்கில் பலபேர் சம்பளம் வாங்குகிறார்கள். ஆயிரம் இரண்டாயிரம் என்று கைமாற்றாகவே ஒரு எழுத்தில்லாமல் கடன் கொடுக்கல் – வாங்கல் செய்துகொள்கிறார்கள். காலை உணவு நூற்றிருபது; பகல் உணவு இருநூறு; இரவு உணவு முந்நூறு – இப்படிச் செலவு செய்துகொண்டிருந்தால் எத்தனை நாள் இந்த ஊரில் இருக்க முடியும் என்று கிலியாகத்தான் இருந்தது.

பயப்பட ஒன்றுமில்லை. ஜப்பானில் ஒரே காசுதான்; யென். நம்முடைய ரூபாய், எழுபத்தைந்து யென்னுக்கு சமானம். (இப்போது ரூபாய் மதிப்பு இன்னும் குறைந்திருக்கிறது. ரூபாய்க்கு 75 யென் இப்போது கிடைக்காது.) ஆயிரம் யென் கொடுத்தால் பதின்மூன்றே சொச்சம் ரூபாய் கிடைக்கும். ஆங்கில நாணயத்தில் ஒரு பவுனுக்கு ஆயிரம் யென் ஈடாக இருக்கும். ஜப்பானில் வெள்ளி நாணயங்கள் – நல்ல வெள்ளி நாணயங்கள் – இன்னும் புழங்கிக் கொண்டிருக்கின்றன. நூறு யென் நாணயம் பார்க்கக் கணிசமாக, கவர்ச்சியாக இருக்கிறது. கீழே போகப் போக செம்பும் நிக்கலும், அலுமினியமும் தலைகாட்டுகின்றன. பத்து யென் நாணயம் நம்முடைய அந்தக் காலச் செம்பு வட்ட அரையணா போலக் கணிசமாக, கனமாகக்கூட இருக்கிறது. நம்முடைய காசில் கிட்டத்தட்ட 130 காசுக்குமேல் மதிப்புள்ள நூறு யென் வெள்ளி நாணயத்தைப் புழங்கும் பொழுது உற்சாகமாகத்தான் இருக்கிறது.

பல வருடங்களுக்கு முன்னால் இங்கு சர்வ சாதாரணமாகப் புழங்கின, தட்டிப் பார்த்துப் புழங்கிக்கொண்டிருந்த வெள்ளி ரூபாய் நாணயங்கள் நினைவுக்கு வந்தன.

அந்த விடுதி ஜப்பானுக்கு பலவகைப் பயிற்சிகளுக்காக மாணவர்கள் முதல் முதலில் வரவேற்று அறிமுகப்படுத்தும் ஸ்தாபனம். டோக்கியோ, ஓஸகா, கோபே, நகோயா, கியோத்தோ என்று எந்த ஊரில் போய்ப் பார்த்தாலும். எந்தத் துறையில் பயிற்சிக்குப் போனாலும், அயல்தொழில் நுணுக்கக் கூட்டுறவு ஏஜன்ஸி என்ற ஸ்தாபனம் நடத்தும் இந்த விடுதியில் தங்கிவிட்டுத்தான் போகிறார்கள். வரும் மாணவர்கள் சின்னப் பையன்களாக இருக்கவேண்டும் என்பதில்லை; நாற்பது, ஐம்பது வயது மாணவர்களாகவும் இருக்கலாம். தங்கள் தங்கள் நாட்டில் பெரிய அந்தஸ்தும் கௌரவமும் கொண்டிருக்கலாம்; பெரிய பதவியிருக்கலாம், புகழ்பெற்ற அதிகாரியாக, பிரமுகராகக் கூட இருக்கலாம். ஆனால் அயல் நாட்டில், இந்தத் தராதரங்கள் சமன்பட்டுவிடுகின்றன. பயிற்சிக்கு வெவ்வேறு நாட்டிலிருந்து வந்துள்ள 'மாணவர்கள்' பலதரப்பட்ட அந்தஸ்தும் உள்ள வர்களாகத்தான் இருப்பார்கள். சிறிய வயது, பெரிய வயது, கற்றுக்குட்டி மாதிரித் தோன்றுகிறவர்கள், ஜாம்பவான் தோற்ற முள்ளவர்கள் எல்லாரும் ஒரே துறையில் பயிற்சிக்கு வரும்போது ஒரு சம பாவத்துடன்தான் செயல்பட வேண்டும்.

அந்த மாணவர் விடுதி அந்த திமிசுபோடும் வேலையை நன்றாகச் செய்துவிடுகிறது. சாப்பாட்டுக்குப் போகும்போது அவரவர் தத்தம் தட்டு, கரண்டி முள்ளோ, ஸ்பூனோ எதையும் தாங்களேதான் அலமாரியிலிருந்து எடுத்துக்கொள்ள வேண்டும். சொந்த ஊரில் கூப்பிட்ட குரலுக்கு பத்து ஆள் ஓடி வரலாம். கையலம்ப, வாய் துடைக்க, பூட்ஸ் போட்டுவிட ஒவ்வொன்றுக் கும் ஒரு ஆளிருக்கலாம். ஆனால் அந்த விடுதியில் எல்லாரும் அவரவர்களுக்கு ஊழியர்கள். எஜமானும் ஊழியனும் ஒரே ஆளாக இருப்பது முதலில் கஷ்டமாக இருக்கலாம். அயல் நாட்டில் உங்களை யார் கண்டு எடைபோட்டு, "ஐயோ, உங்கள் கௌரவம் தொலைந்து விட்டதே!" என்று அங்கலாய்க்கப் போகிறார்கள்?

ஊழியர்கள், ஆட்கள் என்று சொல்லும்போது இன்னொன்று நினைவுக்கு வருகிறது. ஜப்பானில் கடந்த சில ஆண்டுகளாக சர்க்கார் ஆபீஸ்களில் நம் நாட்டில் 'ப்யூன்'கள், டவாலிச் சேவகர்கள் – சுருங்கச் சொன்னால் 'க்ளாஸ் போர்' என்ற 'நாலாவது வகுப்பு அதிகாரிகள்,' அதாவது பணியாட்கள் – கிடையாது என்று சொல்லுகிறார்கள். அலுவலகங்களில் கடுதாசிகளையும் பைல்களையும் இடத்துக்கிடம் எடுத்துச்செல்ல காக்கி உடையோ, நீல உடையோ அல்லது டவாலியோ போட்ட

சேவகர்கள் கிடையாது. நான் பார்த்த வரையில் என் கண்ணில் படவில்லை. பெரிய பாங்குகள் போன்ற ஸ்தாபனங்களில் சிற்சிலர் இருக்கிறார்கள். மற்றபடி பெரும்பாலான பொது ஸ்தாபனங்களில் காண முடியவில்லை. அதேபோலக் கூலிகளும் போர்ட்டர்களும் கண்ணில் தென்படவில்லை – போர்ட்டர்கள் இல்லை என்று அர்த்தமில்லை. கியோத்தோ ஸ்டேஷனில் இறங்கியபோது என்னுடன் வந்தவர் ஒரு போர்ட்டரைத் தேடிப்பிடித்துப் பெட்டியைத் தலையில் ஏற்றிவிட்டார். ஆனால், ரயில் வந்து பிளாட்பாரத்துக்குள் நுழையும்போது வரிசையாக உட்கார்ந்து அணிவகுப்பு நடத்திக்காட்டுகிற நீலச் சட்டை போட்டவர்களை அங்கு காண முடியவில்லை.

இதற்குக் காரணம் ஜப்பான் நாட்டின் சுபிட்சம். விவசாய மாகட்டும், பெரும் தொழில் ஆகட்டும், சிறு தொழில் ஆகட்டும் எதையெடுத்தாலும் சக்கைபோடு போடுகிறது ஜப்பான். உற்பத்தி நிரம்பி வழிகிறது. வெளிநாடுகளுக்கு ஏற்றுமதி பெருகிக் கொண்டேயிருக்கிறது செல்வம் கொழிக்கிறது. இரண்டாவது காரணம், வருமானத்தில் மலைமடு வேறுபாடுகள் மிகமிகக் குறைந்து போய், சோஷலிச வாழ்க்கை முறையை நோக்கி நாடு விரைந்து கொண்டிருக்கிறது; கணிசமான அளவுக்கு அன்றாட வாழ்க்கை முறையாகப் பயிலத் தொடங்கிவிட்டது. ஏழைகள் இல்லாமல் இல்லை. ஆனால், சோற்றுக்கும் துணிக்கும் செருப்புக்கும் பரிதவிக்கும் ஏழ்மை அல்ல அது. குளிர் பெட்டியும், டெலிவிஷன் பெட்டியும், ஸ்கூட்டரும் வாங்க முடியாமல் இருக்கலாம். மூன்றாவது காரணம், கல்வி. ஜப்பானில் எழுதப் படிக்கத் தெரிந்தவரின் தொகை *100*க்கு *99.6* என்று ஒரு அதிகாரி சொன்னார். அதாவது, ஆயிரம் பேரில் நான்கு பேர்தான் படிக்கத் தெரியாதவர்கள் என்று அர்த்தம். கட்டாய இலவச ஆரம்பக் கல்வி போன்ற பல திட்டங்கள் இந்த நிலையை சாத்தியமாகச் செய்திருக்கின்றன.

கல்வி பரந்து, தரமும் உயர்ந்து, கல்வி வசதிகளும் பெருகும்போது தேர்ச்சி பெற்ற தொழிலாளரின் எண்ணிக்கை பெருகி, மூட்டை தூக்கியேதான் காலந்தள்ள வேண்டும் என்ற கபோதி நிலை அகன்றுவிடுகிறது. ஒரு காலத்தில் எட்டாப் பழமாக இருந்த ரேடியோ, டெலிவிஷன், கார் போன்ற ஆடம்பரங்கள், பெரும்பாலோருக்கும் கிடைக்கக்கூடிய அன்றாட அவசியமாகவும் சௌகரியமாகவும் மாறும்பொழுது, மனித உணர்வு நோக்குகளிலேயே மாறுதல்கள் உண்டாகின்றன. பிறர் மூட்டையைத் தூக்கியே பிழைக்கவேண்டும் என்ற அவசியம் தளர்வது போல, நம் மூட்டையை நாமே தூக்கிக் கொள்வது அகௌரவம் என்ற வீம்பும் தளரத்தான் செய்கிறது.

பொருளாதாரத்தில் முற்போக்குப் பாதையில் நடைபோடும் நாடுகளில் எல்லாம் காண்கிற மாறுதல்தான் இது. ஜப்பானும் இதைத்தான் செய்து காட்டிக்கொண்டிருக்கிறது.

தட்டுகள், முட்டை, கரண்டிகள் எல்லாவற்றையும் எடுத்துக்கொண்டு சமையலறை ஜன்னலண்டை போய் நின்றோம். ஜப்பானிய சமையல்காரர்களில் ஒருவர் ஒரு பழம், இரண்டிரண்டு முட்டைகள், கறுப்புக்காபி, துளிபால் எல்லாவற்றையும் தட்டில் வைத்தார்.

"டகாமோ டபேமாஸேன்" என்று கத்தினார் சாமிநாதன்.

"ஓ... ஸாரி, ஸாரி" என்று ஏதோ ஞாபகம் வந்தது போல அவர் தட்டிலிருந்த முட்டையைத் திரும்ப எடுத்துக் கொண்டார் சமையற்காரர்.

"இவர் கூட டகாமோ டபேமாஸேன்" என்று என்னைக் காட்டி அவரிடம் கத்தினார் சாமிநாதன்.

"அவர் கூடவா?"

"ஆமாம்."

"என்ன கண்ராவி!" என்று சொல்வதுபோல் என்னைப் பார்த்த அவர், மற்ற சமையல்காரர்களிடம் போய் அதைச் சொன்னார். அவர்கள் தூர இருந்தே என்னைப் பார்த்தார்கள். புன்சிரிப்பு சிரித்தார்கள். எனக்கு ஒன்றும் புரியவில்லை.

"என்ன சாமிநாதன்?" என்று கேட்டேன்.

"டகாமோ டபேமாஸேன்" என்றால் "முட்டை சாப்பிட மாட்டேன்" என்ற அர்த்தம். அவனுக்குப் பாதிநாள் இது மறந்துபோய் விடுகிறது. முட்டையை என் கண்ணில் காட்டிவிட்டு, பிறகுதான் 'ஸாரி' சொல்லிவிட்டு அதை எடுத்துக்கொள்வான். இங்கே இருநூறு முந்நூறு பேர் வந்திருக்கிறார்கள். நான் ஒருத்தன்தான் சாகபக்ஷிணி. நீங்களும் ஒருவர் எனக்கு ஜோடி சேர்ந்திருப்பதைப் பார்த்துத்தான் அவன் ஆச்சரியப்படுகிறான். "அதோ இன்னொரு ஆடு வந்திருக்கு பார்த்தியா?" என்று கூட்டாளிகளிடம் சொல்லிக்கொண்டிருக்கிறான் என்று நினைக்கிறேன்" என்றார் சாமிநாதன்.

சைவ உணவு சாப்பிடுகிறவர்கள் ஜப்பானில் காலந் தள்ளுவது கஷ்டம். செத்துப்போய்விட மாட்டார்கள்; நமக்குதான் செத்துப்போகும். சைவ உணவுக்காரர்களுக்கு, முக்கியமாகத் தென்னிந்தியர்களுக்கு சாம்பார், ரசம், கறி, ஊறுகாய், பிட்ளை, கூட்டு என்று தாராளமாக மிளகாயும் மசாலையும் போட்டு

உதய சூரியன்

அமளிப்படுகிற சாப்பாடுதான் உயிர். நாக்கை நொட்டை கொட்டிக்கொண்டு சாப்பிடுகிற இந்த சம்பிரமம் எல்லாம் வெளிநாடுகளில் கிடைக்காது. குறிப்பாக, ஜப்பானில் கிடைப்பது சிரமம். அங்கே முக்கிய உணவு அரிசிதான். இப்பொழுது ரொட்டி, ஜாம், வெண்ணெய் தின்னும் பழக்கம் பெருகியிருக் கிறது. ஆனால், ஜப்பானியர்கள் வங்காளிகளைப் போல மீன் பிரியர்கள். ஒருவகை மீனைப் பச்சையாகவே சாப்பிடுகிறார்கள். காரம், உரைப்பெல்லாம் தெரியவே தெரியாது. பொதுவாக எதையுமே அவர்கள் அதிகமாகச் சமைப்பதில்லை. ஆண்டவன் ஒவ்வொரு பொருளுக்கும் ஒவ்வொரு மணத்தை அளித்துப் படைத்திருக்கிறான்; அதிகமாகச் சமைத்தால் அந்த மணமே மறைந்துவிடும் என்று ஒரு ஜப்பானியர் விளக்கினார்.

முன்பெல்லாம் அரிசியும் மீனும்தான் ஜப்பானின் முக்கிய உணவுகளாக இருந்து வந்தனவாம். இப்பொழுது மாட்டிறைச்சி, பன்றி இறைச்சி – இவை சர்வ சகஜமாகிவிட்டன; அதனால்தான் ஜப்பானியர்கள் முன்புபோலக் குட்டையாக இன்றி உயரமாக வளரத் தொடங்கிவிட்டார்கள் என்று ஜப்பானிலேயே பல ஆண்டுகளாக வாழ்ந்துவரும் இந்தியர் ஒருவர் சொன்னார். இது எவ்வளவு தூரம் சரியோ, நமக்குத் தெரியாது. ஒன்றே ஒன்று மட்டும் சொல்லவேண்டும். சைவ உணவு மட்டும் சாப்பிடும் தென்னிந்தியர்கள் பல இடங்களில் சிரமப்படத்தான் செய்கிறார்கள். காய்கறி உணவுதான் சாப்பிடுவேன் என்று நம்முடைய வழக்கத்தைச் சொன்னால், நமக்கு விருந்திடும் நண்பர்கள், ஹோட்டல்காரர்கள் எல்லோருமே தவித்துத் தண்ணீராக உருகி விடுகிறார்கள். "இவர்களுக்கு என்னத்தைக் கொடுக்கலாம்? இவர்கள் பசி ஆறிப் போகவேண்டுமே! நல்ல பேரோடு நாம் விடுபட வேண்டுமே!" என்று அவர்கள் படுகிற கவலை கொஞ்ச நஞ்சமில்லை.

டோக்கியோவில் கின்ஸாவில் மிஸ்டர் நாயர் என்ற மலையாளி ஒரு உணவுச்சாலை நடத்துகிறார். சப்பாத்தி, பூரி, குழம்பு, கறி, அப்பளம், பருப்பு, ஊறுகாய், நல்ல புத்துருக்கு நெய் – எல்லாம் கிடைக்கிற இடம் அது. அங்கே ஒரு தென்னிந்தியர் சாப்பிடுவதைக் கண்டேன். வந்து உட்கார்ந்ததும் உட்காராதது மாக "தயிர் சாதம் கொண்டு வாருங்கள், மிஸ்டர் நாயர்" என்று வேண்டினார் அவர். அதை நினைக்கும்போதே அவர் முகத்தில் காணாததைக் கண்ட பூரிப்பு. பிறகு இருவரும் ஊர் பேர் விசாரித்துக் கொண்டோம். "தயிர் சாதத்தைப் பார்த்து மாசக் கணக்கில் ஆகிவிட்டது, சார். டோக்கியோவில் இதாவது கிடைக்கிறது. கோபே நகோயா, கியோத்தோ அங்கெல்லாம் போய்விட்டால் ஒன்றும் நடக்காது. வேறு வழியில்லாமல், வயிற்றுக்

கொடுமையிலிருந்து தப்புவதற்காக, மாட்டிறைச்சிகூடச் சாப்பிடப் பழகிவிட்டேன், சார். நல்ல வேத வித்துகள் பிறந்த குடும்பம். எங்கள் தகப்பனார், தாயார் நல்ல ஆசார சீலர்கள். எனக்கு இப்படி ஆகிவிட்டது. வேறு வழி இல்லை. மாட்டிறைச்சியைப் போல ருசியான பண்டம் கிடையாது என்று நினைக்கத் தொடங்கி விட்டேன்" என்று பறந்துபோன குல தர்மத்தைச் சூன்யத்தில் பார்த்துக் கொண்டே பேசி வந்தார் அவர்.

ஜப்பானில் புத்த மதம் பெருகிப் பரவின மதம். ஆனால், சாப்பாட்டு விஷயத்தில் அவர்கள் மதத்தைப் புகுத்திக் கஷ்டப்படுவதாக தெரியவில்லை. "மாட்டிறைச்சி சாப்பிட மாட்டேன்" என்று சில இந்தியர்கள் சொல்கிறார்கள். "நாங்கள் பன்றி இறைச்சியைக் கண்ணாலேயே பார்க்கமாட்டோம்" என்று வேறு சில இந்தியர்கள் சொல்கிறார்கள். இதெல்லாம் இந்தத் தலைமுறை ஜப்பானியருக்குப் புரிவதில்லை. விளக்கிச் சொன்னால்தான் புரியும். இப்போதெல்லாம் பழக்கப்பட்ட இடங்களில் உள்ள சில ஜப்பானியர்கள் "நீங்கள் இந்துவா? நீங்கள் முஸ்லிமா?" என்று கேட்டுகொண்டு, வேண்டாததை விலக்கி திருப்திப்படுத்த முயல்கிறார்கள். இந்த ஆகாரக் குழாயும் சோற்றுப்பையும் என்ன ஆட்டு ஆட்டு விக்கின்றன?

○

உதய சூரியன்

4

சாமிநாதனோடு காலை உணவை முடித்ததும் அங்கு வந்திருந்த பலதேச மாணவர்களோடு நானாக அறிமுகம் செய்துகொண்டேன். ஒரு மணி நேரத்திற்குப் பிறகு வேலைக்குக் கிளம்பினேன்.

வேலை அந்தக் கட்டிடத்திலேயேதான். முதல்வாரம் முழுவதும் அங்கேயே செய்யவேண்டிய வேலை அது. அதாவது, ஜப்பானை அறிமுகப்படுத்திக் கொள்வது. இந்த ஒருவார காலமும் காலையும் மாலையும் ஜப்பானிய மொழிப்பயிற்சி நடக்கும். ஆங்கிலம் அறிந்த ஒரு ஜப்பானிய இளைஞர் ரோமன் எழுத்தின் உதவியால் ஜப்பானிய மொழியைச் சொல்லிக்கொடுப்பார். பிறகு ஏதாவது படம் போட்டுக் காட்டுவார்கள். ஜப்பானின் இயற்கை வளம், வனப்பு, தொழில் வளம், போக்குவரத்து, வர்த்தகம் என்று பலவற்றைச் சித்திரித்துக்காட்டும் திரைப்படங்களையும் அசையாப் படங்களையும் போட்டுக் காட்டுகிறார்கள். பிற்பகல் அல்லது மாலை வேளைகளில் வெளியே அழைத்துக்கொண்டு போகிறார்கள். ஒரு தொழிற்சாலை அல்லது இயற்கைக் காட்சி, பொருட் காட்சி, ஒரு டெலிவிஷன் ஸ்டூடியோ என்று ஏதாவது இரண்டு மூன்று இடங்களுக்கு அழைத்துச் செல்கிறார்கள்.

இந்த அறிமுக வாரத்தின்போது வேலை ஒன்றுமில்லை. அதனால் இஷ்டப்படி சுற்ற முடிந்தது. ஒழிந்த வேளைகளில் கடைகண்ணிகள், தோட்டங்கள், கோவில்கள், உணவுக் கடைகள், ரயிலடி – என்று கால்போன போக்கில் சுற்றிக் கொண்டிருந்தோம்.

அந்த ஒரு வாரத்திற்குள் எங்கள் குரல்கள் தாமாகத் தழைந்து விட்டன. உரக்கக் கத்துவது – அதாவது, தனக்கு முடியும் என்று ஒரு கட்டை அதிகமாகவே சுருதியைப் பெருக்கிக்கொண்டு

பேசுவது – இது அநாகரிக, காட்டுத்தனம் என்று ஒரு உணர்வு படிந்து விடுகிறது. ஜப்பானிய வாழ்க்கையின் ஆதார சுருதி இது. ஒரு அமைதி, ஒரு நிதானம், ஒரு எளிமை, எந்தக் காரியத்தைச் செய்தாலும் அதைக் குறையின்றிப் பூர்ணமாகச் செய்வதோடு மிக அழகாகவும் செய்வது; அழகாகச் செய்யவேண்டும் என்பதற்காக ஆடம்பரமாகச் செலவழித்துக் கொட்டாமல், இருக்கிறதை வைத்துக்கொண்டு அதைச் சாதித்துக்கொள்வது – இவற்றை எல்லாம் ஒரு வாழ்க்கை முறையாகச் செய்து கொண்டிருக் கிறார்கள் அவர்கள்.

இவையெல்லாம் வெகுநாள் சாதகம் செய்துவரும் பண்புகள். அன்றாடச் சாப்பாடு, பேச்சு முதல், முன்னேற்றமான, 'நாகரிகமான' அதாவது, மேற்கத்தியப் பெருந் தொழில் முயற்சிகள் போல நடத்தும் பெரிய விவகாரங்கள் வரையில் ஜப்பானியர்கள் இந்த நயத்தையும் அடக்கத்தையும் இழைத்து வந்திருக்கிறார்கள். அதனால்தான் தெருவில் நடக்கும் பொழுதும் ஆர்ப்பாட்டமான களியாட்டங்களைக் காணும்போதும், விளையாட்டுக்களைப் பார்க்கும்போதும் தாட்பூட் என்று நடக்கவும் கத்தவும் கூச்சலிட வும் நமக்குத் தோன்றுவதில்லை. அந்த அடக்கமும் நயமும் நம்முடைய உடலிலும் படிந்துவிடுகின்றன.

நாலைந்து பெரிய தொழிற்சாலைகளைப் போய்ப் பார்க்கும் வாய்ப்பு கிடைத்தபோது, அங்கேகூட சத்தம் அடங்கி விட்டதுபோல, ஒரு நிதானமும் அடக்கமும் விரவுவது போல் ஒரு உணர்வு ஏற்படுகிறது. இயந்திரங்கள்கூட அந்த மண்ணின், மக்களின் பண்புக்கு இசைந்து, அடங்கி ஒலிப்பதுபோல ஒரு பிரமை ஏற்பட்டு விடுகிறது. வேறு எந்த நாட்டிலும் இது சாத்தியம் என்று தோன்றவில்லை. கிழக்கத்திய நாகரிகத்தின் சொத்து இது என்று கூறுகிறார்கள்.

ஆனால் இதை அன்றாட வாழ்க்கை முறையாக ஜப்பான் சாதித்திருக்கிற அளவுக்கு மற்ற கிழக்கத்திய நாடுகள் சாதித் திருக்கின்றனவா என்பது எனக்கு சந்தேகமாகத்தான் இருக்கிறது. டோக்கியோ நகரம் நியூயார்க்கையும் ஜனத்திரளில் மிஞ்சி விட்டது. ஒரு கோடியே பத்து லட்சம் மக்கள் கொண்ட நகரம் அது. அந்த நகரத்தில் ஆயிரக்கணக்கில் பஸ்ஸும் காரும் ஓடுகின்றன. பூமிக்கு மேல் ரயில் ஓடுகிறது. பூமிக்கடியில் ஓடுகிறது. ட்ராம் இன்னும் ஓடுகிறது. நிறையவே ஓடுகிறது. ஆனால் இத்தனையும் மௌனமாக இயங்குவதுபோல நமக்கு ஒரு உணர்வு உண்டாகிறது.

நியூயார்க் போன்ற மேற்கத்தியத் தொழில் நகரங்களில் மனிதன் எப்போது பார்த்தாலும் ஓடிக்கொண்டே இருக்கிறான், நிற்க நேரமில்லாமல் – வைத்ததை எடுக்கப் போவதுபோல்

சதா சர்வகாலம் விரைந்துகொண்டே இருக்கிறான் என்று பார்த்தவர்கள் சொல்லுகிறார்கள். ஆனால் உலகத்திலேயே ஜன நெருக்கம் மிகுந்ததான டோக்கியோ நகரத்தில் அந்த அவசரக்கோலம் ஏற்படாது என்றுதான் தோன்றுகிறது. லட்சக்கணக்கில் மக்கள் தொழிலுக்கு விரைகிறார்கள். ஆனால் அது ஜுரவேகம், தொழில் நாகரிகத்தின் தவிர்க்க முடியாத அம்சம் என்ற உணர்வெல்லாம் நீங்கிவிடுகிறது.

இந்த அடக்கம், அழகுணர்வு, இனிமை நயம் – இவை எல்லாம் பற்றிச் சுருக்கமாகச் சொல்வது சாத்தியமல்ல. ஜப்பானிய வாழ்க்கையின் எல்லாத் துறைகளிலும் இது ஆதார கருதியாகத் திகழ்கிறது என்று ஒரே வார்த்தையில் சொல்லி விடுவதுதான் நல்லது.

டோக்கியோவின் வீடுகள் இன்னும் ஜப்பானிய வீடு களாகத்தான் இருக்கின்றன. உலகில் மிகப் பெரியவையான மூன்று நான்கு நகரங்களில் ஒன்றாகப் பெயர் பெற்றுவிட்டது அது. ஆனால் முக்கியமான கட்டிடங்கள் – அரசினர் அலுவலகங் கள், பாங்குகள், பொது ஸ்தாபனங்கள் – இவைதான் நாலு மாடி, ஏழு மாடி என்று கல்லும் காரையும் எஃகுமாக எழுந்து நிற்கின்றன. டோக்கியோவின் மையத்தில்தான் இவற்றை அதிகமாகக் காணமுடியும். மற்றபடி மேற்கத்தியக் கட்டிடக்கலை நம் நாட்டில்கூடத் திணித்திருக்கும் நெருப்புப் பெட்டி – பிஸ்கட் – சிகரெட் பெட்டி வீடுகளை அங்கே காண்பது அரிது. ஜப்பானியக் கூரையுடன், சின்னச் சின்ன மர வீடுகளாகத்தான் டோக்கியோ நகரம் காட்சியளிக்கிறது. கொழுத்த தொழில் முதலாளிகள் கூட அரண்மனைகளைக் கட்டிக்கொள்வதில்லை. அவர்களுடைய அந்தஸ்தை ஒப்பிட்டால் அவர்கள் வாழும் வீடு சிறியதுதான்.

நம் ஊரைப்போல அங்கும் தெரு வீடுகள், தோட்டம் சூழ்ந்த பங்களாக்கள் – இரண்டும் இருக்கின்றன. ஆனால் ஜப்பானிய வீட்டுத்தோட்டமே ஒரு தனி மாதிரியாய்த்தான் இருக்கிறது. பைன் போன்ற ஊசி இலை வர்க்கங்கள் அங்கே அதிகம். சாலை, ரயிலிலிருந்தோ, மலையிலிருந்தோ எங்கிருந்து பார்த்தாலும் பைன் காடுகளும் சின்ன இலை மரங்களும் செடிகளும்தான் நம் கண்ணில் படுகின்றன. வீட்டுத்தோட்டங்களிலும் அவைதான் காட்சி அளிக்கின்றன.

ஒரு சிநேகிதரின் வீட்டுக்கு அழைத்துப்போனார் நண்பர் ஒருவர். தோட்டம் உள்ள வீடுதான். ஆனால் தோட்டம் இருப்பதாகவே தெரியவில்லை. தோட்டத்தை ஒரு பொருட்டாக நினைத்ததாகவும் தோன்றவில்லை. காளாமோளா என்று குப்பையும் சத்தையுமாகக் கிடப்பது போலிருந்தது. நாலைந்து

36 தி. ஜானகிராமன்

ஊசியிலை மரங்கள், புன்னை மரங்கள், சின்னச் சின்னதாக நாணல் புதர்கள், கீழே எல்லாம் சரளைக் கற்கள். இந்தக் கற்களை அப்புறப் படுத்தவேண்டும் என்றுகூட மனுஷனுக்குத் தோன்ற வில்லை. ஜப்பானியர்களில் ஒரு விதிவிலக்கு போலிருக்கிறது என்றே நினைத்தேன்.

ஆனால், அந்தக் கந்தர கோலத்தைவிட்டு அப்பால் போகவும் மனமில்லை, சற்று நிற்கவேண்டும் போலிருந்தது. பிறகு இன்னும் கொஞ்சநேரம் நிற்கவேண்டும் என்று தோன்றிற்று. வெகுநேரம் கழித்துத்தான் புரிந்தது – காளா மோளாவும் இல்லை, குப்பை சத்தையும் இல்லை; ஒரு பெரிய காடே சின்ன வீட்டைச் சுற்றிய சிறிய இடத்தில் உருவாகியிருந்தது, இயற்கையை அப்படியே தோன்றியவாக்கில் அங்கே உருவாக்கியிருந்தது போல் ஒரு பிரமை ஏற்பட்டது. பிறகு அவரைக் கேட்டேவிட்டேன். "தோட்டம் இருப்பதாகவே தெரியக்கூடாது. இது ஒரு தோட்டம், நான் அமைத்திருக்கிறேன், பாருங்கள் என்று அது வருகிறவர்களை இழுத்துப் பிடித்து நிறுத்தக்கூடாது. நிலத்தோடு நிலமாக, வானத்தோடு வானமாக, வீட்டோடு வீடாக அது கிடக்கவேண்டும். அப்படியிருந்தால்தான் வருகிறவர்களும் வந்த வேலையை மறக்கமாட்டார்கள்" என்றார் அவர்.

அப்போதுதான் தெரிந்தது, மிகமிகச் சிரத்தையாக, கண்ணும் கருத்துமாக அந்தத் தோட்டத்தை அவர் வளர்த்துக் காத்து வந்திருக்கிறார் என்று. மீண்டும் உற்றுப் பார்த்த பொழுது அந்தத் தோட்டத்தின் ஒவ்வொரு அங்குலத்திலும் அவருடைய சிரத்தையின் முத்திரையைக் கண்டேன். தோட்டம் என்றால் அதில் கத்தரிப்புப் பாதை, செடிகளை வரிசைப் படுத்துகிறது, வகைப்படுத்துகிறது – எல்லாவற்றிலும் பொம்மைத் தன்மையைப் பார்த்துப் பழக்கம் நமக்கு. புகைப்படத்திற்கு உட்கார்வதுபோல, திரைப்பட நட்சத்திரங்களைப் பார்வதியும் பரமசிவனும், முருகனுமாக நம்முடைய 'மக்கள் ஓவியர்கள்' தீட்டிய காலண்டரைப் பார்ப்பதுபோல, பலவீட்டுத் தோட்டங்களைப் பார்த்துப் பழக்கமாகிவிட்டது. நண்பரின் தோட்டத்தில் இயற்கையின் இயற்கைத் தன்மை அநாயாசமாக விரவிக்கிடந்தது. கண்ணை உறுத்தவில்லை. மூச்சு முட்டவில்லை. இதயத்தைத் தொடும் ஒரு எளிமையான கவர்ச்சியுடன், போகிற போக்கில் செய்ததுபோன்ற ஒரு சாதாரணத்தன்மையோடு நமக்கு அமைதியை ஊட்டுகிறது. அதேசமயம் நம் உணர்வையும் சிந்தனையையும் தூண்டிவிடுகிறது.

வீட்டுக்குள் எங்களை அழைத்துக்கொண்டு போனார் நண்பர். பூட்ஸைக் கழற்றி ஓரத்தில் வைத்துவிட்டு அங்கு வைத்திருந்த வேறு ஸ்லிப்பரை மாட்டிக்கொண்டோம்.

வீட்டில் எங்கும் தரை தெரியவில்லை. பாயாகப் போட்டுத் தைத்திருந்தார்கள். கீழே பார்க்கும்போது நம் வீட்டுக்குள் இருக்கிற மாதிரிதான் தோன்றுகிறது. பாய்கள் நம் ஊரில் பார்க்கிற சீர்காழி, அய்யம்பேட்டை, பத்தமடைப் பாய்கள்தான். இதே கோரையால்தான் அங்கேயும் பாய் முடைகிறார்கள். வீட்டு அறைகளின் அளவைக்கூடப் பாயால்தான் சொல்லுகிறார்கள். பத்தடிக்கு எட்டடி, இருபதுக்குப் பதினைந்து என்றெல்லாம் அடிக்கணக்கில் சொல்வதில்லை. எட்டுப் பாய் அறை, பன்னிரண்டு பாய் அறை, இருபது பாய் அறை என்று பாய்க் கணக்கிலேயே சொல்லி விடுகிறார்கள்.

அதுவரையில் – பாய்வரையில் நம் வீடுதான். ஆனால் கண்ணைச் சற்று உயர்த்தினால் போதும், வேறுபாடு அத்தனையும் முன்னேவந்து விடுகிறது. கற்சுவர் இல்லை; மண் சுவரும் இல்லை. மரச் சுவர்தான். இடுப்பு உயரத்திற்கு மரம், அதற்குமேல் எண்ணெய்க் காகிதம் போன்ற பிஸ்கட் சுற்றுகிற காகிதம் போன்ற காகிதம். பார்க்க அழகாக இருக்கிறது. இரவு வேளைகளில் விளக்குப் போட்டதும் அந்தக் காகிதத்தில் கண்ணுக்குக் குளிர்ச்சி யான, மென்மையான ஒளி பரவி, ஒரு கனவுலகப் பிரமையை எழுப்புகிறது. ஒரே ஒரு சிறு ஓவியம் அங்கே காட்சி அளித்தது. அதற்கு அப்பால் அறையின் ஒரு மூலையில் ஒரு அகலச் சட்டியில் மலர்களை அடுக்கி வைத்திருந்தார்கள்.

மலர் அலங்காரம், மலர்களை அடுக்கி வீட்டை அழகு படுத்துவது ஜப்பானியர்களின் ரத்தத்தில் ஊறிய கலை. எத்தனையோ நூற்றாண்டுகளாக இந்தக் கலையைப் பழகி வருகிறார்கள். நம்முடைய குழந்தைகளுக்குக் கோலம் போடும் கலையைக் கற்பிப்பது போல, இந்த 'இக்கிபானோ' கலையைக் கற்பிக்கிறார்கள். அதற்குத் தனித்தனியாகப் பள்ளிக்கூடங்களே இருக்கின்றன. 'இக்கிபானோ'வில் எத்தனையோ வகை, எத்தனையோ கொள்கைகள். வர்ணத்திற்கு முக்கியத்துவம் கொடுப்பது, உருவ அமைதிக்கு முக்கியத்துவம் கொடுப்பது இப்படிப் பலப்பல வகை. சுற்றுப் புறத்தில் கிடைக்கும் செடிகளையும் மலர்களையும் கொண்டே அலங்காரத்தைச் செய்துவிடுவதுதான் இதில் விசேஷம்.

மூன்றாம் ஆண்டு சென்னைக்கு வந்த ஒரு ஜப்பானிய 'இக்கிபானோ' நிபுணர் நம் ஊரில் கிடைக்கிற முருங்கைப் பூவைக் கொண்டே அழகாக மலர் அலங்காரம் செய்து நம் வீட்டு அறையை அழகுறச் செய்ய முடியும் என்று காட்டினார். ஜப்பானியர்களின் தனிச்சிறப்பு இதுதான். கிடைக்கிறதை வைத்துக்கொண்டு சிக்கனமாகச் சொர்க்கத்தைப் படைத்து

தி. ஜானகிராமன்

விடுகிறதுதான் அவர்களுடைய வாழ்வின் சித்தாந்தம். நம் ஊரிலும் அப்படித்தான் ஒரு காலத்தில் இருந்திருக்கும் என்று தோன்றுகிறது. ஆனால் இப்பொழுது கோலம் போடுவதைக்கூட வேலைக்காரியிடம் விட்டுவிட நாம் கற்றுக் கொண்டிருக்கிறோம்.

நண்பர் ஒரு அடி உயரச் சதுர மேஜைக்குமுன் எங்களை உட்காரச் சொல்லிவிட்டு, தானும் உட்கார்ந்து கொண்டார். முஸ்லிம்கள் தொழுகைக்கு அமர்வதுபோல அமர்ந்து கொண்டார் அவர். இரண்டு கால்களையும் மடித்துக் குழந்தையாகும் அந்த வித்தை நமக்கு வரவில்லை. ஆனால் ஜப்பானியர் – ஆண், பெண், குழந்தைகள் – யாவரும் அப்படித்தான் உட்கார்கிறார்கள்; மணிக்கணக்கில் அப்படியே உட்கார்ந்திருக்கிறார்கள்.

டோக்கியோவில் ஒரு மாதர் டெலிவிஷன் சங்கத்திற்குப் போயிருந்தபொழுது, அந்த மாதிரி உட்கார முடியாமல், நம் வழக்கப்படிச் சப்பளம்கட்டி உட்கார்ந்து கொண்டேன். என்னை அங்கு அழைத்துப்போன ஹிரோஷி மக்கினோ என்ற இளைஞர் என்னைப் பார்த்து லேசாகச் சிரித்துக் கொண்டிருந்தார். ஏன் என்று கேட்டதற்கு, "ஏன் இப்படி உடம்பைப்போட்டு வருத்திக் கொள்கிறீர்கள்? என் மாதிரி சுலபமாக, வாகாக உட்காருங்களேன்" என்று சொன்னார். "எனக்கு அப்படி உட்கார முடியவில்லையே. இதுதானே எனக்கு சுலபமாக இருக்கிறது. எங்கள் ஊரில் எல்லோரும் இப்படித்தானே உட்கார்கிறோம்." என்றேன்.

"என்ன! இந்த மாதிரியா? இவ்வளவு கஷ்டப்பட்டா!"

"இதில் என்ன கஷ்டம்? இப்படிச் சப்பளம்கட்டி உட்காருவதுதான் சுலபம்" என்றேன்.

"என்னது! நீங்கள் ஜீதார்தா மாதிரியல்லவா உட்கார்ந்திருக்கிறீர்கள்? தவம் பண்ணுவதுபோல!"

"யார் மாதிரி?"

"ஜீதார்தா மாதிரி"

"யார் அவர் ஜீதார்தா?"

"என்னது! ஜீதார்தாவைத் தெரியாதா உங்களுக்கு! அவர் உங்கள் நாட்டில் பிறந்தவராயிற்றே! எங்கள் அப்பா, அம்மா, தாத்தா எல்லாரும் அவருடைய உபதேசங்களைத்தானே பின்பற்றுகிறார்கள்?" என்றார் மக்கினோ.

"ஓகோ! சித்தார்த்தரா!" என்று பிறகுதான் புரிந்தது. புத்தரைத்தான் அவர் 'ஜீதார்தா' என்று சொல்லிக்கொண்டிருந்தார். "சித்தார்த்தர் மாதிரி தவத்திற்கு மட்டும் இல்லை. சாப்பிட, பேச,

உதய சூரியன்

படிக்க, வெற்றிலைபாக்குப் போட, கதை கேட்க – எதற்கும் இப்படித்தான் உட்கார்வோம் நாங்கள். இதுதான் வெகு சுலபம்" என்றேன்.

"அப்படியா? அப்படியானால் நானும்தான் உட்கார்ந்து பார்க்கிறேனே" என்று இடது காலை மடக்கி வலது காலை இடது கை விரலால் இழுத்து மேலே போட்டுக் கொண்டார். அவ்வளவுதான்; மறுகணம் "ஹா! ஹா!" என்றார். "நோ நோ நோ" என்று முனகினார். கால் சுளுக்கிக் கொண்டுவிட்டது அவருக்கு. கூட்டம் முடிந்து திரும்பி வரும்பொழுது விந்திக்கொண்டே வந்தார். அவருக்குக் கால் சரியாக இருபத்துநான்கு மணிநேரம் பிடித்தது.

தோட்ட வீட்டு நண்பர் நான் சப்பளம்கூட்டி உட்கார்ந்ததைப் பார்த்ததும், "உங்களுக்குச் சிரமமாயிருந்தால் காலைத் தொங்க விட்டுக் கொள்ளலாம். மேஜைக்குக் கீழ் இடமிருக்கிறது" என்றார்.

தலையைச் சாய்த்து, மேஜையிலிருந்து தொங்கிய விரிப்பை விலக்கிப் பார்த்தேன். மேஜை ஒரு பள்ளத்தின் மேல் வைக்கப் பட்டிருந்தது. கீழே காலைத் தொங்கவிட்டுக் கொண்டேன். உள்ளங்கால் மெத்தென்று வெதவெதவென்று இருந்தது.

"சௌகரியமாயிருக்கிறதா?"

"ஓ! வெதவெதவென்றுகூட இருக்கிறது."

"கீழே கணப்பு இருக்கிறதே" என்றார்.

சற்றுக் கழித்து அவர் சம்சாரம் டீ கொண்டுவந்து வைத்தார். டீயா அது? பச்சையாக இருந்தது. ஒரு வாய் சாப்பிடும்போது புதுச் சீட்டுக்கட்டு வாசனை அடித்தது.

"இது என்ன டீ?"

"பச்சை டீ" என்றார் நண்பர்.

சீட்டுக்கட்டு வாசனை அடித்தாலும் சூடு ஒரு ருசி என்பார்கள். அந்தக் குளிருக்கு எந்தச் சூடும் ருசிதான். நமக்கு வெற்றிலைப் பாக்கு, புகையிலை வழக்கம் வேறு. வெற்றிலைப் பாக்கு அங்கே ஏது? பெட்டியில் மீதியிருந்த சீவலில் ஒரு விள்ளலோடு வெறும் புகையிலையைப் போட்டு மெல்லும் வழக்கத்தை மேற்கொண்டு விட்டேன். அதனால், அடிக்கடி தண்ணீர் குடிக்கும் வியாதி அங்கே போயும் விடவில்லை. பச்சை டீயானால் என்ன, சீட்டுக்கட்டு வாடையானால்தான் என்ன? சூடாக இருக்கிறது, வேட்கையைத் தணிக்கிறது; அது போதும்.

தி. ஜானகிராமன்

பச்சைத் தேயிலை இலைகளைப் பொடி பண்ணி விற்கிறார்கள். அதை அப்படியே வெந்நீரில் போட்டுத் தயாரிப்பது தான் அவர்களுடைய டீ. நாம் குடிக்கிறது வறுத்த இலை டீ. அதையும் அவர்கள் எப்போதாவது குடிக்கிறார்கள். ஆனால் பால் கலந்து கொள்வதில்லை. எலுமிச்சம் பழத்துண்டு ஒன்றைப் போட்டு, சர்க்கரை சேர்த்துக் குடித்து விடுகிறார்கள்.

பச்சைத் தேத்தண்ணீர்தான் அவர்களுக்கு உயிர். அது ஜப்பான் எங்கும் இலவசமாக வழங்கப்படுகிறது என்றே சொல்லிவிடலாம். ரயில்வே ஸ்டேஷன்களில் மட்டும் ப்ளாஸ்டிக் குப்பிகளில் *10* யென்னுக்குக் கொடுக்கிறார்கள். அந்தப் பச்சைத் தேயிலைதான் அவர்களுடைய 'சானோயூ' என்ற டீ உபசாரத்திற்கும் பயன்படுகிறது.

நண்பரோடு வெகுநேரம் பேசிக்கொண்டிருந்தேன். வெளியே வரும்போது இன்னொரு மூலையில் ஒரு சாண் உயர – அகல மண் தொட்டியில் ஒரு மரத்தைப் பார்த்தேன். அதன் உயரம் மூன்றடிகூட இல்லை; இரண்டடி உயரத்தில் ஐம்பது அறுபது வயதான குள்ளர்களைப் பார்க்கின்றோமே, அம்மாதிரி இருந்த கிழ மரம்; ஆனால் மூன்றடி உயரம்தான். காட்டில் வளர்ந்தால் முப்பது அடி – அறுபது அடி உயரம் இருக்கும் அது. ஆனால் இப்படி மரங்களைக் 'குட்டை'யாக்கும் கலை அவர்களுக்குக் கை வந்த கலை. ஒவ்வொரு வீட்டிலும் ஒரு குள்ள மரம் இருக்கும். ஆனால், இதற்கும் ஒரு எதிர்ப்பு அங்கே இருக்கிறது. விலங்குகளுக்குக் கொடுமை இழைப்பதை எதிர்ப்பதைப்போல், தாவரங்களுக்கு இப்படிக் கொடுமை இழைப்பதையும் வெறுத்து ஒரு இயக்கமாக எதிர்க்கிறவர்கள் இருக்கிறார்கள்.

தாவரங்கள் மட்டும் தங்களைவிட உயரமாக இருக்கவாவது என்று நினைத்தோ என்னமோ, மரங்களையும், செடிகளையும் கரளையும் குள்ளமுமாகச் செய்யும் வித்தையை ஒரு தனிக் கலையாகப் பழகிவிட்டனர் ஜப்பானியர். அந்தக் கலை மிகச் சில பேருக்கே தெரியும். கொடுமையோ, சித்திரவதையோ, குள்ள மரம் பார்க்க விநோதமாகத்தான் இருக்கிறது. அதுவும், அவர்கள் அதை வீட்டில் வைத்திருக்கிற விதம் இன்னும் அழகாக இருக்கிறது. ஒரு ஓவியம், ஒரு மலர் அலங்காரம், ஒரு குள்ளச் செடி, மரச் சுவர்கள், காகிதத் தடுப்புகள் – இவ்வளவும் உலகில் வேறு எங்கும் காண முடியாத ஒரு விசித்திர அமைதியை, சூழ்நிலையை உண்டாக்கி விடுகின்றன. கண்டான் முண்டான்களைப் போட்டு அடைக்காத வீடுகள் அவை. எளிமை, கவர்ச்சி, நிசப்தம், இனிமை, மென்மை, சிக்கனம் எல்லாம் சேர்ந்து ஒரு வடிவமாக உருவான

வீடு ஜப்பானிய வீடு – வீடு மட்டும் இல்லை. வாழ்க்கையே அதுதான். சாதாரணமாகவே இது நம் கண்ணில் படுகிறது. முக்கியமாக அவர்களுடைய தேநீர் உபசாரத்தில் பளிச்சென்று நம் கண்ணைக் கவர்ந்து, உள்ளே தோய்கிறது.

'இக்கிபானோ' என்ற மலர்க்கோலம் போல இந்தத் தேநீர் உபசாரத்தையும் பெண்கள் வந்து பார்த்துக் கற்கிறார்கள். அனுபவப்பட்ட பேரிளம் பெண்களிடம் இதைப் பார்த்துக் கற்கிறார்கள் மங்கை, மடந்தைகள் எல்லோரும்.

தேநீர் உபசாரம் ஒன்றைப் பார்க்கப் போனோம். பேரரசர் மெய்ஜியின் பூங்காவில் என்று ஞாபகம். பரந்த பூங்கா அது. செர்ரி, பைன், மூங்கில் போன்ற பல மரங்கள் அடர்ந்தது. உள்ளே தடாகம். அங்கேயே தேநீர் விடுதி அமைந்திருக்கிறது. தினமும் பூங்காவில் ஏகக்கூட்டம், வெளியூரிலிருந்து வருபவர்கள், உல்லாசப் பிரயாணிகள், உள்ளூர்க்காரர்கள் – நூற்றுக்கணக்கில். சில சமயம் ஆயிரக்கணக்கிலும் அங்கே வந்து கொண்டேதான் இருக்கிறார்கள். அங்கேயே இரண்டு உபசார விடுதிகள் இருக்கின்றன. ஒன்று மண்டியிட்டு உட்கார முடியாத நம்மைப்போன்ற அந்நியர்களுக்கு. இன்னொன்று அப்படி உட்கார முடிகிறவர்களுக்கு – ஜப்பானியருக்கு என்று வைத்துக் கொள்ளுங்களேன். நாங்கள் இரண்டு விடுதிகளுக்கும் போய்வந்தோம். அடுத்தடுத்துத் தானிருக்கின்றன இரண்டும். ஒன்றில் உபசாரத்தில் கலந்து கொண்டோம். இன்னொன்றை சற்று எட்ட நின்ற பார்த்தோம்.

தேநீர் அறையைப் பார்ப்பதே, அங்கு வெறுமே உட்கார்வதே ஒரு அனுபவம். கீழே பாய்த்தரை. சுற்றிலும் மரச்சுவர்கள், மூங்கில் வேலைப்பாடுகள். எங்கும் ஒரு வெண் பழுப்பு நிறம். "ட" மாதிரி இரண்டு பெஞ்சுகள். அவற்றின் முன்பு நீளமாக, குறுகலாக, தழைந்த மேஜை. நானும் இலங்கையிலிருந்து வந்த ஒரு நண்பரும் ஆங்கிலம் தெரிந்த நண்பர் ஹிரோஷி மக்கினோவும் அங்கு உட்கார்ந்தோம். வேறு யாரோ நான்கு ஜப்பானியப் பெண்களும் வந்து உட்கார்ந்து கொண்டார்கள்.

தேநீர் உபசாரத்தின்போது பேசக் கூடாது; முழு மௌனம் நிலவவேண்டும். ஏதாவது சொல்லவேண்டும் என்றால் கிசுகிசு வென்று காதோடு சொல்லவேண்டும். நடக்கிறவர்கள் சந்தடி யின்றி, அடக்க ஒடுக்கமாக நடக்கிறார்கள். மூச்சு விடுவதைக்கூட யோசித்து, அடக்கி ஒடுக்கி விடவேண்டியிருக்கிறது. அப்படி நிரம்பி வழிகிறது மௌனம். சக்ரவர்த்தியின் முன்போ, சங்கராச்சாரியாரின் முன்போ நிலவுகிற மௌனம் அது.

அறையின் ஒரு மூலையில் ஒரு அடுப்பின் மீது பாத்திரத்தில் தேநீர் காய்ந்து கொண்டிருக்கிறது. ஒரு நடு வயது மங்கை உட்கார்ந்து அதைக் கவனித்துக் கொண்டிருக்கிறாள். பாத்திரங் களின் வடிவமும் உருவ அழகும் மிக மிக உயர்ந்த கலைத் தன்மை கொண்டவை. மரக்கரண்டியும் அப்படித்தான் இருக்கிறது. பாத்திரங்களை ஒரு பட்டு வஸ்திரத்தால் அந்த மங்கை துடைக்கிறாள். முன்பேயே துடைத்த பாத்திரங்களாதலால் பாவனைதான் செய்கிறாள். அந்த பாவனை குழைவும் நயமும் கொண்டதாக, அபிநயம் பிடிப்பது போல இருக்கிறது. பிறகு, வேறு ஒரு யுவதி அங்கிருந்து குடிக்கும் கிண்ணத்தையும் தட்டையும் எடுத்து வருகிறாள். விருந்தினரின் முன்பு இரண்டையும் வைக்கிறாள். விருந்தினர் வரிசையில் முதலில் உட்கார்ந்திருக்கும் பெண்ணை நாங்கள் உற்றுக் கவனித்தோம் – கவனியுங்கள் என்று நண்பர் ஹிரோஷி சொன்னதன் பேரில்.

அந்தக் கிண்ணத்தைக் கையில் எடுத்து உள்பக்கம், மேல்பக்கம் எல்லாவற்றையும் நன்றாகப் பார்த்தாள், அந்தப் பெண்; லேசாக ஒரு புன்னகை பூத்தாள். ஒரு நிமிஷம் அப்படிப் பார்த்தபின், பக்கத்தில் உட்கார்ந்த பெண்ணிடம் லேசாகச் சிரம் தாழ்த்தினாள். உடனே அடுத்த பெண் அதை நிதானமாக எடுத்து அதேபோல் பார்த்து, கிண்ணத்தின் அழகை மௌனமாக ரசித்து வியந்து பாராட்டினாள்; ஒரு நிமிஷம் கழித்து அதே போல சிரம் தாழ்த்தி அடுத்தவரிடம் நகர்த்தினாள் அவள். நான் ஐந்தாவது ஆள். மொத்தம் எட்டு விருந்தினர் உட்கார்ந்திருந்தோம். எங்களிடம் வரும் பொழுது, ஒரு நிமிஷநேரம் பார்க்கப் பொறுமை இல்லை; ஐந்து விநாடியில் நான் அதை நகர்த்திவிட்டேன். இப்படி இந்த ரசிப்பு முடிய ஐந்தாறு நிமிடங்கள் ஆகிவிட்டன.

அது உயர்ந்த ரகப் பீங்கான். கறுப்பும், சிவப்பும், நீலமும் கலந்த ஒரு வர்ணம். நாள் முழுவதும் அதன் வடிவைப் பார்த்துக் கொண்டே இருக்கலாம். ஒரு நிமிஷம் பார்ப்பது போதாது. ஆனால் எங்களுக்கோ இந்த மௌனமும் அடக்க ஒடுக்கமும் தாங்க வில்லை: ஐந்து விநாடியில் நகர்த்திவிட்டோம். இது எவ்வளவு பெரிய தவம், பயிற்சி என்பது இப்பொழுதுதான் தெரிகிறது. வாழ்க்கையில் ஒரு அரைமணி நேரம் மௌனமாகவும், விச்ராந்தியாகவும், அதேசமயம் ஒரு ஒழுங்குக்குக் கட்டுப்பட்டும் இருப்பதுதான் எவ்வளவு கடினமாக இருக்கிறது!

விருந்தினர் இப்படிப் பாத்திரம், அகப்பை இவற்றின் வடிவழகை வியந்த பிறகு ஒரு தட்டில் பட்சணம்போல ஏதோ வந்தது. ஒவ்வொருவர் முன்பும் ஒவ்வொன்று வைக்கப்பட்டது. ஒன்று சொல்ல மறந்துவிட்டேன். பாத்திரம் வருவதற்கு முன்பே

உதய சூரியன்

ஆளுக்கு ஒரு காகிதமடிப்பு கொடுக்கப்பட்டிருந்தது. நாகரிக விருந்துகளில் வாய், கை துடைக்கக் கொடுக்கும் மெல்லிய 'டிஷ்யூ' காகிதம் அது. அதை வாங்கி, உள்பாக்கெட்டில் வைத்திருந்தோம். அதையும் முதல் ஆளைப் பார்த்துச் சாப்பிடுமாறு சொன்னார் ஹிரோஷி. முதலில் உட்கார்ந்திருந்த பெண் அந்தக் காகித மடிப்பை மெதுவாகப் பிரித்தாள். முழுவதும் பிரித்ததும் அதை மூலை மடிப்பாக, நீண்ட முக்கோணமாக மடித்தாள். பட்சணத்தை அதன் நடுவில்வைத்து இரண்டு கைகளாலும் காகிதத்தைப் பிடித்துக்கொண்டாள். பிறகு கன்னங்களை மறைத்து, தின்பது தெரியாமல், மெல்வது தெரியாமல், தின்றாள் அவள். "அந்த மாதிரிச் சாப்பிடவேண்டும்" என்றார் ஹிரோஷி.

மற்ற கடன்களைப் போலவே சாப்பிடுவதும் அவ்வளவு ரசிக்கத்தக்க காட்சியல்ல என்பதை ஜப்பானியரும் புரிந்து கொண்டிருக்கிறார்கள் என்பதுதான் இதற்கு அர்த்தம் என்று தோன்றுகிறது. மனிதன் சாப்பிடுவது எப்படி என்பது பிறர் சாப்பிடும்போது பார்த்தால்தான் தெரியும். அது அருவருப்பு தருவது என்பது அப்போதுதான் புரியும். இருந்தாலும் சோம்பலால் அதை அடக்கமாகச் செய்ய நாம் மறந்து விடுகிறோம். மற்றவர்கள் பாலும் இந்தச் சோம்பல் ஒரு அநாவசிய தாராள மனப்பண்பாக உருவெடுக்கிறது. "நானும் கண்ணை மூடிக்கொள்கிறாப்போல் பாவனை செய்கிறேன். நீங்களும் செய்யுங்கள்" என்று ஒப்பந்தம் செய்து கொண்டு கோமாளியாகி விட்டோம்.

அந்தப் பட்சணம் என்னவென்று தெரியவில்லை. வறுத்த மாவில் செய்யும் பிசைவுபோலிருந்தது. ஏதோ வாசனை கலந்திருந்தார்கள், அவ்வளவுதான். அதற்கு சிப்பியைப் போல அழகு வடிவம் கொடுத்துச் செய்திருந்தார்கள். அரை இனிப்பு. ருசியோ மணமோ சொல்லும்படியாக ஒன்றும் இல்லை. தின்னுகிற அடக்கம் மட்டும்தான் கவனிக்கத் தக்கதாயிருந்தது.

அது முடிந்ததும் பீங்கானில் தேநீர் வந்தது.

பச்சையாக, மரகதம் போல் கண்ணைக் கவர்ந்தது அந்தத் திரவம். கிண்ணத்தின் வண்ணத்திற்கும் அதற்கும் எத்தனை ஒற்றுமை! எல்லோருக்கும் வைத்த பிறகு இரண்டு கைகளாலும் எடுத்து புர்ரென்று உறிஞ்சி விடாமல், மெதுவாக, சத்தம் போடாமல் இருந்து அருந்தினோம்.

சிறிது நேரம் உட்கார்ந்திருந்தோம், இன்னும் பேசவில்லை. வாய் புருபுருவென்றது எனக்கு.

எழுந்து வரிசையாக வெளியே வந்தோம்.

"நன்றி கூறிவிட்டு வரலாம்" என்றார் ஹிரோஷி.

தேநீர் அடுப்புக்கு முன் நின்ற மங்கையிடம் சென்று "அரிநாதோ கொஸாய்மாஸ்தா" என்று கைகளைத் தொடையோடு சேர்த்து, சிரம் குனிந்து வணங்கினோம். வெளியே வந்தோம்.

இன்னொரு அறையில் நடந்த தேநீர் உபசாரத்தில், விருந்தினர் மண்டியிட்டு உட்கார்ந்திருந்தார்கள். சிறிது நேரம் எட்ட நின்று பார்த்துவிட்டு வந்தோம். அங்கும் இதே மாதிரிதான் மௌனம், அடக்க ஒடுக்கம்.

O

5

ஒரு மாதம் கழித்து சாதாரண வீட்டில் நடக்கும் தேநீர் உபசாரத்தையும் பார்த்தோம். மிக மிக சாஸ்திரோக்தமாக, மரபுப்படி நடந்தது அது. வெளியே தோட்டம். இயற்கையை அப்படியே உருவாக்கியிருந்த தோட்டம். மூங்கில் – நாணல் புதர்கள் கோணாமாணாவென்று போட்டாற் போலிருந்தது. ஆனால் மிகவும் கவனமாகச் செய்யப்பட்டிருந்தது. அங்கிருந்து தேநீர் உபசார அறைக்கு ஒரு பாதை போயிற்று. அதன் வழியாக உள்ளே சென்றதும் பாத்திரங்கள் கழுவும் அறை. அதற்குப் பக்கத்தில் உபசார அறை. இந்த உபசார அறையின் நீள, அகலம், மற்ற அளவுகள் இவற்றையெல்லாம்கூட பழைய நூல்களில் எழுதிவைத்திருக்கிறார்களாம். நாலரை பாய் பரப்பு – அதாவது பத்தடி சதுரம் இருக்கவேண்டும். ஐந்துபேர்தான் ஒரு சமயத்தில் உட்காரலாம். – இப்படி ஒரு நிபந்தனை பழைய காலத்தில் இருந்திருப்பதாகத் தெரிகிறது. நாங்கள் அப்போது சென்ற வீட்டிலும் இப்படியே அமைத்திருந்தார்கள். நுழைவதற்கு முன்னால் தோட்டத்தில் உள்ள கருங்கல் தொட்டியில் கை கழுவி, முகம் கழுவிவிட்டு உள்ளே போக வேண்டும். உள்ளே போனதும் உபசாரம் முன்பு சொன்னதுபோல்தான் நடந்தது.

இந்தத் தேநீர் உபசாரம் பல நூற்றாண்டு களாக ஜப்பானிய வாழக்கையில் ஒன்றிவிட்ட மரபு அன்றாட மரபு. இதைத் தொடங்கி வைத்தவர்கள் ‘ஸென்’ மார்க்க பௌத்தத் துறவிகள் என்று சொல்கிறார்கள். இந்த ‘ஸென்’னுக்கும் நம் நாட்டுக்கும், முக்கியமாகத் தமிழ்நாட்டுக்கும் தொடர்பு இருக்கிறது. தியானம் என்ற சொல் தியான் ஆகி, ஸென் என்று ஆகிவிட்டது. தியானம் செய்யும் ரகசிய முறைகளை காச்யபருக்கு கௌதமபுத்தர் போதித்தார் என்பார்கள். குரு – சீடர்

முறையில் வழிவழியாக இருபத்தேழு பேருக்கு அவை போதிக்கப் பட்டனவாம். இருபத்தெட்டாவது ஆசிரியர் போதி தர்மர். இவர் தமிழகத்தைச் சேர்ந்தவர். காஞ்சிபுரத்தில் 6-ஆம் நூற்றாண்டில் வாழ்ந்தவர். இவர் சீனத்திற்குச் சென்று தங்கிவிட்டார். சீனத்தில் தியான மார்க்கம் பரவிற்று. எனவே சீனம் சம்பந்தப்பட்ட வரையில் 'ஸென்' மார்க்கத்திற்கு ஆதிபிதா போதி தர்மர் தான்.

ஸென் மார்க்கம் பிற்பாடு ஜப்பானுக்கும் பரவிற்று. அந்த மார்க்கம் ஆத்மீக உணர்வோடு நின்று விடவில்லை. மக்களின் புறவாழ்க்கையிலும் செயல்படத் தொடங்கிற்று. முக்கியமாக மன்னர்களும் ஆளும் வர்க்கத்தினரும் அதைப் பேண ஆரம்பித்தார்கள். வாழ்க்கையில் எத்தனை முரண்கள் தோன்றினாலும், மனம் கலங்காமல், புன்னகையுடன் சகித்துக்கொள்வது, கடமையைச் செய்வது, தூய்மை, மென்மை, இனிமை – இவை அனைத்தையும் பயின்று, வாழ்க்கையை முரணில்லாத, சுருதி சுத்தமான இசைவாக வாழப் பழகும் கலையைப் பெரியவர்கள் வற்புறுத்தத் தொடங்கினார்கள். இதிலிருந்து 'புஷிதோ' என்ற மரபும் கிளம்பிற்று.

புஷிதோவை விளக்கப் பெரிய அத்தியாயமாக எழுத வேண்டும். சுருங்கச் சொன்னால், கடமை, வீரம், இனிமை, மென்மை, அழகு, இரக்கம் எல்லாம் இணைந்த ஒரு இனிய கலவையாக வாழ்க்கையை வாழும் விதம் என்று அதைச் சொல்லலாம். ஒரு பெரிய ராணுவப்படை முன்னேறும் வழியில் ஒரு மலர் கிடந்தால், அதை மிதிக்காமல் காப்பாற்றுவதற் காக தளபதி தன் படையை நிறுத்திவிட வேண்டும் – புஷிதோ மரபுக்கு இது ஒரு எடுத்துக்காட்டு. இந்த மாதிரி எத்தனையோ சொல்லலாம். வலிமையும் மென்மையும், கொடுமையும் தயையும், இன்னலும் இன்னகையும் இசைந்து வடிவெடுக்கும் பயிற்சி அது. முரணான இயல்புகளும் பழக்கங்களும் கூட அபஸ்வர மாக, அவலமாக ஒலிக்காமல், சுஸ்வரமாக, இனிய சுருதியாக இழைந்து ஒலிக்கும் வாழ்க்கை முறை அது. நூற்றாண்டு நூற்றாண்டாகப் பன்னிப் பன்னி மக்கள் வாழ்க்கையில் கூட இது இழைந்திருப்பதை ஜப்பானில் காணமுடிகிறது.

இந்த இசைவைப் பெறுவதற்குத் தேநீர் உபசாரம் ஒரு பயிற்சி. பல நூற்றாண்டுகளுக்கு முன் இதைத் தோற்றுவித்த பௌத்த பிக்ஷுக்கள் போதிதர்மரின் நிலை முன் அமர்ந்து பச்சைத் தேயிலை முழுகிய வெந்நீரை அருந்தினர்களாம். இது ஜப்பானின் தேசிய வழக்கம். ஜப்பானிய மொழியில் இதை சானோ யு என்று அழைக்கிறார்கள். 'தேயிலை(யின்) வெந்நீர்' என்பது இதன் பொருள். பச்சைத் தேயிலையின் பொடிதான் இதற்குப் பயன்படுகிறது. சர்க்கரை சேர்க்காத வெறும் பச்சைத்

தேயிலை வெந்நீர் இது. தேநீர் உபசார அறை சூன்யமாகத்தான் இருக்கும். தேநீர் அருந்தும் பாத்திரம், இருக்கைகள் இவற்றைத் தவிர ஒன்றும் இராது. அதாவது, வறுமை அழகாகத் தோற்றம் அளிக்கவேண்டும். வறுமையிலும் துப்புரவு, இனிமை, மென்மை எல்லாம் சாத்தியம் என்பதுதான் அர்த்தம்.

இவற்றையெல்லாம் பார்க்கும் பொழுது ஜப்பான் கிழக்கத்திய நாடா, மேற்கத்திய நாடா என்று சந்தேகம் வந்துவிடுகிறது. புற வாழ்க்கையில் அதாவது, தொழில் நாகரிகத்தில் அது மாபெரும் முன்னேற்றம் கண்டுவிட்டது. "இயந்திரங்களையும் இயந்திரத்தின் மூலம் வரும் பொருட்களையும் எங்களால் இன்னும் உறுதியாகச் செய்ய முடியும்" என்று ஜப்பானியர் காட்டி விட்டார்கள். மணிக்கு நூற்றைம்பது மைல் வேகத்தில் ரயில் வண்டியை ஓட்டிக் காட்டி வருகிறார்கள். மாபெரும் தொழிற்சாலைகளைக் கட்டி, உலக மார்க்கெட்டின் விலையில் பாதி, முக்கால் விலையில் சாமான்களை விற்றுக் காட்டியிருக்கிறார்கள். ஆனாலும் அதே சமயம் ஜப்பானின் அகவாழ்வு, ஆத்மீக வாழ்வாக மாறிவிட்டது என்று சொல்வதற்கில்லை. பெரும்பாலோர் மேநாட்டு உடைதான் உடுத்துகிறார்கள். திரும்பின இடம் எல்லாம் சூட்டும் ப்ராக்கும்தான் காட்சியளிக்கின்றன. ஆண்களும் பெண்களும் கிமோனோ அணிவது பண்டிகை – திருநாள் கொண்டாடும்போதுதான். வயதானவர்கள், போன தலைமுறையைச் சேர்ந்தவர்கள் சிலர் உடுத்துகிறார்கள்; அதுவும் அதிகம் இல்லை.

ஆனால், ஜப்பானிய வீடுகளின் தோற்றமோ உள்ளமைப்போ, அந்த வீட்டுக்குள் வாழ்பவரின் அடிமனமோ மாறிவிட்டதாகத் தெரியவில்லை. பெண்கள் ஏராளமாகத் தொழிற்சாலைக்கு வேலைக்குப் போவதால் கற்பைப் பற்றிய பழைய கொள்கைகள்கூட மாறியிருக்கலாம். ஆனால், கற்பு, தெய்வ பக்தி இவையனைத்தையும் கடந்து ஒரு தேசத்திற்கு ஆத்மா ஒன்றிருக்கிறது. அது தேசத்தின் மண் வாடை. தேசத்தின் உடலில், பிறவியில் தோன்றிய மச்சம். அது லேசில் மறைந்து விடாது. சகிப்புத் தன்மை, அடக்கம், திருந்தச் செய்தல், அழகுடன் செய்தல், மறையாத புன்னகை இவையெல்லாம் அந்த ஆத்மாவின் சில தோற்றங்கள். ஜப்பானியர் இரண்டாவது உலக யுத்தத்தின் போது பர்மாவிலும் அதை ஒட்டிய நாடுகளிலும் இழைத்த கொடுமைகளைப் பற்றிப் பலர் கூறுவதைக் கேட்டிருக்கிறேன். ஆனால், அதுகூட அந்த புஷிதோவின் ஒரு வெளிப்பாடுதானோ என்னவோ!

"சதா புன்னகையுடன் எப்படி இருக்க முடியும்? உணர்ச்சிகளை எப்படி அடக்குவது? பிற்பாடு எரிமலையாக வெடிக்காதா? அல்லது உள்ளேயே புரையோடிவிடாதா?" என்று மேநாடுகளில் இஷ்டப்படி உணர்ச்சிகளைக்கொட்ட, அம்பலத்தில் கூடக்

கொட்டிக் காட்டப் பழகிவிட்டார்கள். ஆனால் ஜப்பானில் இது ஒரு இன இயல்பாக நூற்றுக்கணக்கான ஆண்டுகளாக இருந்து வருகிறது. ஜப்பானில் ரத்த அழுத்த வியாதி மிக மிக அரிது என்று ஒருவர் சொன்னார். எந்த நிகழ்ச்சியையும் விலகி நின்று அனுபவிக்கக் கற்றுக் கொண்டிருந்தால் இது சாத்யம். இதற்கு ஸென் மார்க்கம் அஸ்திவாரம் போட்டிருக்கிறது போலும். இதனால்தான் எந்தக் காரியத்தையும் சத்தம் இல்லாமல் அவர்களால் செய்யமுடிகிறது. தொழிற்சாலை கட்டுவது, துக்கத்தை அனுபவிப்பது, உலக யுத்தத்தில் கொடுமை இழைத்தது, அணுகுண்டுகளைத் தாங்கிக் கொண்டது, கிளர்ச்சி செய்வது எல்லாவற்றையும் படாடோபமோ, ரகளையோ இல்லாமல் இதனால் தான் அவர்களால் செய்ய முடிகிறது.

சமீபத்தில் பாரிஸுக்கு ஏதோ பயிற்சிக்குச் சென்றிருந்த ஜப்பானிய நண்பர் ஒருவர் எனக்குக் கடிதம் எழுதியிருந்தார். அங்கே தம் அனுபவங்களை விவரித்துவிட்டு ஒரு சிரிப்புச் சிரித்திருந்தார். பாரிஸில் ஆண்களும் பெண்களும் ரயிலிலும் பஸ்ஸிலும் தெருவிலும் சந்திலும், கூட்டத்திலும் கும்பலிலும் இறுகத் தழுவிக் கடும் உணர்ச்சியுடன் முத்தமிட்டுக் கொள்கிறார்கள் என்று அவர் எழுதியிருந்தார். அவர் ஒரு பொருட்காட்சிச்சாலைக்குப் போயிருந்தாராம், போன மாதம். அங்கே பிரெஞ்சுப் பேரரசர்களின் உடைவாட்கள் சுவரில் தொங்கிக் கொண்டிருந்தனவாம். அவர் அவற்றைப் பார்த்துக் கொண்டிருக்கும் பொழுதே, கீழே பிரெஞ்சுக் காதல்ஜோடி இறுகத் தழுவி முத்தமிட்டுக் கொண்டிருந்ததாம். “வாளையும் கீழே இந்தத் தழுவலையும் பார்த்துக் கொண்டே சிறிது நேரம் நின்றேன்” என்று விமர்சனம் ஏதுமில்லாமல் நிறுத்திவிட்டார் நண்பர்.

ஜப்பானியப் புன்சிரிப்பு உலகப்பிரசித்தி பெற்றது. எல்லாவற்றுக்கும் புன்சிரிப்புச் சிரித்து விடுகிறார்கள். குழந்தை செத்துப் போனால் கூட, எதிராளிக்கு அந்த துக்கச் செய்தியை மூஞ்சியைத் தொங்கப் போட்டுக் கொண்டு சொல்லிக் கலங்கடிக்காமல் புன்சிரிப்போடு கூற வேண்டும் என்ற அளவுக்கு புஷிதோ மரபை வளர்த்தவர்கள் வேறு என்ன செய்வார்கள்? “கோபம் வந்தால் புன்சிரிப்பு. ஒரு விஷயத்தை ஒப்புக் கொள்ளாவிட்டால் புன்சிரிப்பு. சில சமயம் ஆங்கிலம் தெரிந்த ஜப்பானியர்கூட நாம் சொல்வது புரிந்தாலும் புரியவே புரியாதது போலப் பேதையாகப் புன்சிரிப்புச் சிரித்துக் கொண்டு நிற்பார்கள்” என்று சொன்னார் வங்காளி நண்பர் ஒருவர். ஒரே ஒரு ஜப்பானியரிடம் ஏறக்குறைய அதையே காணும் வாய்ப்பு எனக்குக் கிடைத்தது.

ஜப்பான் மக்களைப் பற்றிய ஒரு புத்தகத்தில் வாசித்த கதை ஞாபகம் வருகிறது. இந்த ஊரில் அது கிடைக்கும் என்று தோன்றாததால் அதைச் சுருக்கமாகச் சொல்கிறேன். ஒரு பிரபு. அவரிடம் போர் வீர மரபைச் சேர்ந்த ஒரு வேலைக்காரன் சேவகம் செய்து வந்தான். வேலையில் ஏதோ தவறு செய்துவிட்டான். அவர் கோபித்துக் கொண்டார். அவன் புன்னகையோடு நின்றான். ஒரு வாரம் கழித்து அதே மாதிரி இன்னொரு தவறு செய்து விட்டான். கன்னாபின்னாவென்று திட்டினார் அவர். அவன் பேசாமல் புன்னகைபுரிந்து நின்றான். "ஏனடா சிரிக்கிறாய்?" என்றார் அவர். அவன் சிரிக்க சிரிக்க அவருக்கு ஆத்திரம் தாங்கவில்லை. கடைசியில் கைநீட்டி அடித்துவிட்டார். கேட்க முடியாத வசவாக ஒரு மூட்டை அவிழ்த்துவிட்டார். அந்தச் சுடுசொற்களைக் கேட்டதும் அவனுடைய புன்சிரிப்பு மறைந்தது. ரோசம் மேற்கரித்தது. இடுப்பில் செருகியிருந்த பிச்சுவாவைச் சட்டென உருவி நீட்டிக் காட்டினான். ஒரே குத்தாகக் குத்தியிருக்கலாம். சரேலென்று இழுத்துக் கொண்டான். மறுகணம் அந்த இடததைவிட்டு மறைந்து விட்டான். போனவன் மீண்டும் வேலைக்கு வரவில்லை. நாலைந்து நாள் ஆகியும் ஆளைக் காணவில்லை. பிறகு அவரை விசாரிக்கப் போனபொழுது அவன் தற்கொலை செய்து கொண்டுவிட்டான் என்று தெரிந்தது. கணவன் – மனைவி உறவு ஒரு ஜன்மம்; எஜமானன் – ஊழியன் உறவு மூன்று ஜன்மமாம். அதனால் அவரைக் கொல்ல அவன் துணியவில்லை. ஆனால் கத்தியையோ ஓங்கியாகி விட்டது. அதைப் பயனின்றி மடக்கி விடுவது இழுக்கு. நீட்டின கத்திக்குப் பலன் வேண்டும், எனவேதான் தன்னையே கொன்று கொண்டானாம் அவன்.

இந்தக் கதையை நான் நினைத்து நினைத்துப் பார்க்கிறேன். நீங்களும் நினைத்துப் பார்க்கலாம்.

இந்தப் பூலோக வாழ்க்கையை அழகுணர்ச்சியுடன் மென்மையாக வாழக் கற்பிக்கிறது தேநீர் உபசாரம். அதை மிகுந்த கலையழகுடன் முன் காலத்தில் பலர் பழகி வந்தார் களாம்; அவர்களே கலைஞர்கள். எழில்மிக்க உத்யான வனங்களை அவர்கள் நிர்மாணம் செய்தார்கள். மலர் அலங்காரத் திலும் அவர்கள் நிபுணர்கள்.

இதையெல்லாம் பார்க்கும்போது புத்த மதத்தில் விதிக்கப்பட்டுள்ள 'ஸதிபத்தானம்' என்ற பயிற்சி ஞாபகம் வருகிறது. தன்னைத்தானே பார்த்துக் கொள்ளும் கலை அது. பெரிய வித்தை. அடிப்படையான அளவில் சொல்ல வேண்டும் என்றால், எந்தக் காரியத்தையும் உணர்வோடு, நினைவோடு செய்ய வேண்டும் என்று அது விதிக்கிறது. உட்கார்ந்திருந்தால்

உட்கார்ந்திருப்பதாக அடிக்கடி நினைத்துக் கொள்ளுங்கள். சாப்பிட்டால், சாப்பிடுவதாக நினைத்துக் கொள்ளுங்கள். நடக்கும்போது, அதில் நினைவு இல்லாமல் நடக்காதீர்கள்; நடப்பதாக நினைத்துக் கொள்ளுங்கள். பேசும்போது, எழுதும்போது, எதைச் செய்தாலும் அதைச் செய்வதான ஞாபகம் இருக்கட்டும். அப்படியே சரீரத்தைக் கடந்து மனத்தையும் அதன் எண்ணங்களையும் எட்ட நின்று பார்க்கச் சொல்கிறது அந்த விதி. இந்தப் பழக்கம் எல்லையில்லாத திறமைகளையும் சித்திகளையும் கொடுத்து, கடைசியில் பேரின்பத்திற்கு நம்மை இழுத்துச் செல்கிறது; பெரிய விடுதலையை இன்பம் நிறைந்த பேரனுபவமாக ஆக்குகிறது என்று வர்ணிக்கிறது இந்த வித்தை. இதை ஜப்பானில் அன்றாட வாழ்க்கையோடு ஓரளவுக்கு இழைத்திருக்கிறார்களோ என்று சொல்லத் தோன்றுகிறது.

o

6

'ஸென்' மார்க்கம் தேநீர் உபசாரத்தைப் பிரபலப்படுத்தியிருப்பதுடன், தேசியப் பழக்க மாகவும் செய்துவிட்டது. மலர் அலங்காரம்கூட பௌத்தர்கள் ஒரு காலத்தில் பிரபலப்படுத்தி யதுதான். இவற்றையெல்லாம் பார்த்துவிட்டு, ஜப்பானியர் மடிசஞ்சிகள், மத ஆசாரங்களில் முழுகிக் கிடக்கிறவர்கள் என்று நினைத்துவிடக் கூடாது. உண்மையில், மதத்தின் பிடிப்பு அங்கே மிகமிகக் குறைவு என்றுதான் எனக்குப் பட்டது. நம்மைப்போல் மதச் சடங்குகளில் ஈடுபடுவது, செலவழிப்பது, விடுமுறை விடுவது – இவற்றை அங்கே காண்பது அரிது. தற்பொழுது அவர்களுடைய மதம் உழைப்புதான். எதையும் துப்புரவாகச் செய்வது, அழகாகச் செய்வது, ஏனோதானோ என்று ஒப்பேற்றாமல் முற்றிலும் சரியாகும் வரை, நினைத்த அளவுக்கு இம்மி குறைவின்றிக் கச்சித மாக ஆகும் வரை பிரயாசையைத் தளர்த்தாமல் செயல்படுவது, மென்மை, அடக்கம், இனிமை – இவையெல்லாம் நிறைந்த வாழ்க்கையே மத வாழ்க்கைதான். நல்ல மனிதனாக வாழத்தான் மதம் நமக்குச் சொல்லிக்கொடுக்கிறது. காலையிலும் மாலையிலும் கோவிலிலும் பூஜை அறையிலும் மட்டும்தான் நல்லவனாகவும் புண்ணியவானாக வும் இருக்கவேண்டும் என்று சொல்லவில்லை. சேரிகளையும் கோவில்களையும் லஞ்சத்தையும் குருபீடங்களையும், சமூக நீதியையும் வகுப்பு வாதத்தையும் பக்கத்தில் பக்கத்தில் எழுப்பிப் பார்க்கவேண்டும் என்று சொல்லவில்லை.

பார்க்கப் போனால் நம்மைவிட ஜப்பானி யருக்கு துயரம், துன்பம் எல்லாம் அதிகம்தான். பூகம்பம், கடல் கொந்தளிப்பு – இரண்டும் தண்ணீர் பட்டபாடு. எந்த நிமிஷம் என்ன நேரும்

என்று சொல்லமுடியாது. ஆசைகளையும் நம்பிக்கைகளையும் கனவுகளையும் முன்னறிவிப்பின்றி திடீர் என்று பொசுக்கிச் சாம்பலாக்கி இடுப்பொடிக்கம் வேகத்துடன்தான் இயற்கையின் சீற்றங்கள் அங்கு வருகிற வழக்கம். ‘காயமே இது பொய்யடா’ என்று துந்தினம் ஏந்தும் மனப்பாங்கும் நிராசையும் விதிவாதமும் மலிந்து நிற்கக் கூடிய ஒரு அநிச்சயமான சூழ்நிலைதான். ஆனால் இந்த அநிச்சயத்தையே ஒரு தத்துவ பலமாக்கிக்கொண்டு, ‘இருக்கிற வரையில் நன்றாக இருந்துவிட்டுப் போவோம்; உழைப்பும், நேர்மையும் இனிமையும் அழகுமாக வாழ்ந்துவிட்டுப் போவோம்’ என்று பாதை அமைத்துக்கொண்டு விட்டது ஜப்பானிய உள்ளம். நாளைக்குத்தான் பூகம்பம் வரப்போகிறதே, எதற்காக இப்படி உழைத்துச் சாகவேண்டும் என்று தூங்காமல், கடைசி பூகம்பம் வந்து போய்விட்டது போன்ற உணர்வுடன் செயல்பட்டுக் கொண்டிருக்கிறது அது.

ஜப்பானில் கோவில்கள் இல்லாமல் இல்லை; ஏராளமாகவே இருக்கின்றன. நாரா என்னும் பழைய தலைநகரத்திற்குப் போய்விட்டால், காசி, காஞ்சி, குடந்தைபோல் இடறிவிழுந்த இடமெல்லாம் கோவிலாக இருக்கும். ஆனால் பெரும் அளவுக்கு அவை காட்சிப் பொருள்களாகத்தான் இருக்கின்றன. மிகப் புராதன மான கோவில்களை தேசியப் பொக்கிஷங்களாகப் பாதுகாக்கும் அளவுக்கு சிரத்தை இருக்கிறது. ஆனால் கோவிலையோ, மதச் சடங்குகளையோ வாழ்க்கையின் அன்றாட அம்சங்களாக யாரும் ஆக்கிக் கொண்டிருப்பதாகத் தோன்றவில்லை. புறத்தே நின்று மனத்தையோ செயலையோ சீர்படுத்தாமல், லௌகீகப் போக்குகளையும் முன்னேற்றத்தையும் நகரவொட்டாமல் அழுத்திக்கொண்டிருப்பதாகத் தெரியவில்லை.

இதைப்பற்றி நான் சில நண்பர்களைக் கிண்டியது உண்டு. “நீங்கள் என்ன மதத்தைச் சேர்ந்தவர்கள்?” என்று கேட்டதற்கு “என் அப்பா பௌத்த மதத்தைச் சேர்ந்தவர்” என்று நாலைந்து பேரிடமிருந்து விடை வந்தது. நானும் விடவில்லை; “நீங்கள் என்ன மதம்?” என்று ஒரு நண்பரை வற்புறுத்திக் கேட்டேன். தாம் இன்ன மதம் என்று அவருக்குச் சொல்லத் தெரியவில்லை. “நான் தினமும் பிரார்த்தனை செய்கிறேன். எப்போதாவது தோன்றினால் ஏதாவது ஒரு கோவிலுக்குப் போவேன். அது ஷிண்டோ கோவிலோ, பௌத்தக் கோவிலோ, மாதா கோவிலோ – எதுவாயிருந்தாலும் சரி. ஆனால் அப்படிப் போவது குறைச்சல்” என்றார் அந்த நண்பர். பெரும்பாலான ஜப்பானியர் இப்படித்தான் இருப்பார்கள் என்று எனக்கு ஒரு எண்ணம்.

ஜப்பானின் பழைய மதம் ஷிண்டோ மரபுதான். அந்த மரபு மரம், மலை, நதி, மழை என்று எல்லாவற்றிற்கும் அதிதேவதைகள்

உண்டு என்று நம்மிடையே உலவும் ஒரு கொள்கையைப் போன்றதுதான். இறந்தவர்களும் அதில் தேவர்களாகி விடுகிறார்கள். அதனால்தான் பழைய சக்கரவர்த்திகளுக்குக் கோவில்கள் கட்டியிருக்கிறார்கள். முன்னோரை வணங்கும் வழக்கத்தை திதிகளிலும் சிராத்தங்களிலும் நாம் இன்னும் கடைப்பிடித்து வருகிறோம்; அவர்கள் கோவிலே கட்டிவிட்டார்கள். இந்த ஷிண்டோ கோவில்களில் சில பிரம்மாண்ட அளவு உடையவை. டோக்கியோவில் உள்ள யாஸுகூனி, மெய்ஜி கோவில்கள் கலையழகு நிரம்பியவை. இந்தக் கோவில்களில் விக்ரகங்கள், பிம்பங்கள் வைத்த கர்ப்பக்கிருகங்கள் ஏதும் கிடையாது; வெறும் சூன்யமாகத்தான் இருக்கும். காலமாகி தேவனானவரின் ஆத்மா விரவி நிற்கிறது என்பதுதான் பொருள். பௌத்தக் கோவில் களைப் போல இந்தக் கோவில்களும் பெரும்பாலும் மரத்தா லானவைதான். கூரை அமைப்பு மலையாளத்துக் கோவில் களைப்போல இருக்கின்றது.

ஆனால் ஜப்பானியரின் வர்ண உணர்வு கலையழகும் அமைதியும் நிறைந்தது. நிறங்கள் ஒன்றோடொன்று பொருந்தும் அழகை நன்கு காணவேண்டும் என்றால் ஜப்பானில் எந்த இடத்திலும் காணமுடியும். முக்கியமாக, ஷிண்டோ, பௌத்தக் கோவில்கள் இரண்டிலுமே காணமுடியும். அதைப் பார்த்த பொழுது நம்முடைய கோவில் கோபுரங்கள் நினைவுக்கு வந்தன. நம் நாட்டின் பழைய கோவில் கோபுரங்களைப் பார்க்கும் பொழுது, காலத்தின் பாசியும் கறுப்பும் தெரிகின்றன. பிம்பங்களின் அமைப்பழகு நம்மைக் கவர்கிறது. புதிதாக ஜீர்ணோத்தாரணம் ஆகி, சம்ப்ரோக்ஷண, கும்பாபிஷேகங்கள் செய்யப்பட்ட கோவில்களின் கோபுரங்களைப் பார்க்கும்போதுதான் வேதனையாக இருக்கிறது. வர்ண ரகளை நம் கண்ணை உறுத்து கிறது. வெள்ளைச் சுதையாக இருந்துவிடக் கூடாதா என்று தோன்றுகிறது. வர்ணம் கொடுப்பது ஒருக்கால் ஆகம அவசியமாக இருந்தால்கூட, கலைஞர்கள் ஏன் வர்ணப் பொருத்தத்தைச் சரியாகச் செய்வதில்லை? வாழ்க்கையில் காண்கிற புடவைகளை யும் நகைகளையும் அப்படியே காட்டி விடவேண்டும் என்ற ஆசையால், தாறுமாறாக வர்ணங்களை அப்பிவிடுகிறார்கள். கோபுரத்தின் மீது பார்க்கும்போது அது கலைத் தன்மையை இழந்து, இடைக்கால நாடகப் படுதாக்களைவிட மோசமாகி விடுகிறது. நம் நாட்டில் அடிப்படை நிறங்களின் மீது மோகம் அதிகம். ஓவியங்களிலும் இந்த மோகம் உண்டு. ஆனால் வர்ணங்களைப் பொருத்துகிற அமைப்பில் ஒரு அமைதியையும் கலைத் தன்மையையும் கொண்டு வரமுடியும். உணர்வற்றவர்களின் கையில் சிக்கும்பொழுது வர்ண பட்சணங்கள் அடுக்கிவைத்த மிட்டாய்க் கடையாக கோபுரங்கள் காட்சியளிக்கின்றன.

ஜப்பானில் பொதுவாகப் பெரிய கோவில்கள் எல்லாம் செர்ரி, பைன் போன்ற மரங்கள் சூழ்ந்து அமைதியாகக் காட்சி யளிக்கின்றன. தோட்டத்தில் ஒரு பெரிய கருங்கல் தொட்டியில் நீர் நிறைத்து வைத்திருக்கிறது. நீளமான அகப்பைகள் வைத்திருக்கிறார்கள்; அழகான அகப்பைகள். ஒன்றை எடுத்து நீரை மொண்டு கை கழுவிவிட்டு கோவில் வாசலை நெருங்கு கிறார்கள். படியேறி, கம்பி போட்ட பெட்டியில் காணிக்கையை எறிகிறார்கள். சண்டிகேசர் சந்நிதியில் கொட்டுவதுபோல இரண்டு மூன்று முறை கையைக் கொட்டிய பிறகு, கண்மூடி தியானித்து விட்டுத் திரும்புகிறார்கள்.

ஒரு ஞாயிற்றுக்கிழமை டோக்கியோவில் குதான் என்ற பகுதியில் உள்ள யாஸுகூனி கோவிலுக்குச் சென்றேன். அன்று ஒரே கூட்டம். நூற்றுக்கணக்கான ஜப்பானியப் பெண்கள் அன்று கிமோனோ அணிந்து வந்திருந்தார்கள். கோவிலில் ஓரத்தில் க்ரைஸாந்திமம் மலர்ச்செடிகளும் மலர்களும் காட்சிக்கு வைக்கப்பட்டிருந்தன. வெள்ளை, ரோஜா, சிவப்பு, நீலம் – இந்த வர்ணங்களை எப்படியெல்லாம் குழைத்து இழைக்க முடியுமோ, அத்தனை நிற பேதங்களையும் அன்று காண முடிந்தது. அத்தனை பெண்களும் அந்த மலர்களைப் பார்த்துக்கொண்டு மணிக்கணக்கில் நின்று கொண்டிருந்தார்கள். மனித மலர்களும் செடி மலர்களும் பரஸ்பரம் பார்த்து மயங்கி நின்ற அக்காட்சியை மறக்கவே முடியவில்லை – ஜப்பானியர் மலர்களைத் தலையில் சூடுவதில்லை; அறைக்குள் அழகாக வைத்துப் பார்த்துக் கொண்டேயிருக்கிறார்கள்.

அன்று கூட்டம் கூட்டமாகப் பெண்கள் வந்து கொண் டிருந்தார்கள். எல்லோரும் கிமோனோதான் அணிந்திருந்தனர். ஜப்பானியர் எல்லோருமே வெள்ளை நிறம்தான். லேசாக மஞ்சள் எட்டிப்பார்க்கும் வெள்ளை. எல்லோருக்குமே தலைமுடி கன்னங்கரேலென்றிருக்கும். அந்தக் கறுப்பு, வெள்ளை மேனி, வர்ணப்பொருத்தம் நிறைந்த, பூப்போட்ட கிமோனோக்கள், க்ரைஸாந்திமம் மலர்கள், கோவிலில் வர்ணப் பாகுபாடு, செர்ரி மரங்களின் செம்மஞ்சள் இலைகள் – எல்லாவற்றையும் ஒருங்கே பார்த்த பொழுது 'ஞானரத'த்தின் கந்தர்வலோகம் நினைவுக்கு வந்தது. கலை உணர்வும் தூய்மையும், மரமாகவும், மலராகவும், பெண்ணாகவும், வர்ணமாகவும், கோவிலாகவும் வெவ்வேறு உருவங்களெடுத்து வந்தாற்போலிருந்தன.

இத்தனைக்கும் நடுவில், தலைமயிர் எப்படி இவ்வளவு கறுப்பாக இருக்கிறது என்று நான் வியந்து கொண்டிருந்தேன். என் தலையில் நரை கூடிக்கொண்டிருந்ததும் அதற்கு ஒரு காரணமாக

இருக்கலாம். ஜப்பானியரிடையே நரை மயிரைக் காண்பது அரிது. மிகமிக முதியவர்களிடம்தான் காண முடியும். அத்தனை கறுப்பு மயிருக்கு என்ன காரணம் என்று தெரியவில்லை. நம் ஊர்க்காரர் ஒருவர் "ஜப்பானியர் கடல் பாசி, தாவரங்களைத் தின்னும் வழக்கத்தை மேற்கொண்டிருக்கிறார்கள். கடல் பாசி, தாவரங்களில் புரதம் அதிகம். நரையையும் தடுக்கிறது" என்று சொன்னார். எனக்கு விஞ்ஞானம் தெரியாது. இதைப்பற்றி அபிப்பிராயம் சொல்லத் தெரியவில்லை.

"நீங்கள் தலைக்குக் கறுப்புச் சாயம் பேட்டுக் கொள்வதுண்டோ?" என்று நண்பர் ஹிரோஷியைக் கேட்டேன்.

"எதற்காக?" என்றார்.

"உங்களுக்கெல்லாம் மயிர் இத்தனை கறுப்பாக இருக்கிறதே?"

"அது அதன் சுபாவம். நாங்கள் என்ன செய்வோம்?"

மயிர் கறுப்பாக மட்டும் இல்லை; நல்ல அடர்த்தியாகவும் இருக்கிறது. அடாங்காப்பிடாரியாக, முள் முள்ளாகப் பல பேர் தலையில் படியாமல் முரண்டு பிடிக்கிறது.

மெய்ஜீ கோவிலுக்கு ஒருநாள் போனோம். அன்று நவம்பர் பதினைந்தாம் தேதி என்று நினைக்கிறேன். நவம்பர் 14–ஆம் நாளை நாம் இங்கு 'குழந்தைகள் தின'மாகக் கொண்டாடுகிறோம். பதினைந்தாம் தேதியை அவர்கள் கொண்டாடுகிறார்கள். வெகுகாலமாக நடந்து வருகிற கொண்டாட்டம் அது. 'ஷிசிகோஸான்' என்று பெயராம் அதற்கு. அதாவது, '7 – 5 – 3 பண்டிகை' என்று சொல்லலாம். பெற்றோர் தங்களுடைய ஏழு வயது, ஐந்து வயது, மூன்று வயதுக் குழந்தைகளுக்கு அழகிய வர்ணக் கிமோனோக்களை அணிவித்து அவர்களை ஆங்காங்கு உள்ள கோவில்களுக்கு அழைத்து வருகிறார்கள். அந்தக் குழந்தைகளுக்கு நீண்ட ஆயுளும் அதிர்ஷ்டமும் அருளுமாறு முன்னோரின் ஆசிகளையும் மற்ற கடவுளர்களையும் வேண்டுகிறார்கள்.

இரண்டு நிமிஷங்களுக்கு ஒன்றாகச் செல்லும் சுரங்க ரயில் வண்டிகள், ட்ராம், பஸ், மேலே செல்லும் ரயில்கள் எல்லாவற்றிலும் அன்று நிற்கக்கூட இடமில்லை. நிற்க முடியாமல், பிடித்துக் கொள்ள முடியாமல், நசுங்கிக் கொண்டே, யாரென்று பார்க்காமல் தோள், தலை என்று கைக்கு வந்ததைப் பற்றிக் கொண்டே ரயிலில் சென்றோம். ஜப்பானில் ரயிலின் சராசரி வேகமே அதிகம். அதனால் அந்த வாதை நீடிக்காமல் சீக்கிரமே முடிந்து விட்டது. அத்தனை கூட்டத்திலும் ஆபத்து ஒன்றும் ஏற்படவில்லை. ரயில் கதவுகள் நகர்ந்து மூடித் திறப்பவை; வெளியிலோ உள்ளுக்குள்ளேயோ திறக்காது. ரயில் புறப்படும்

சமயத்திற்குத் தாமாக மூடிக்கொண்டு விடும். அதனால் படியிலும் நிலையிலும் உட்கார்ந்து யாரும் பிரயாணம் செய்யமுடியாது. அதே போல பஸ்ஸிலும் ட்ராமிலும் கதவை மூடி விடுகிறார்கள். நின்ற இடத்தில் திறப்பார்கள். மூடிவிட்டுத்தான் புறப்படுகிறார்கள்.

நவம்பர் மாதம் அங்கு நல்ல குளிர். லேசாக வெயில் இருந்தது. ஆனால் உடம்பில் உறைக்கவில்லை. எனவே குழந்தைகள் சிரமம் இல்லாமல் வெயிலில் நடந்து உலவித் துள்ளிக் கொண்டிருந்தன. ஆனால் பெரும்பாலான குழந்தைகளால் துள்ள முடியவில்லை. கிமோனோ ஆடைகளைத் குனிந்து குனிந்து பார்த்துக்கொண்டே வந்தன. பல குழந்தைகளுக்கு லேசான மரத்தில் செய்து அழகுபடுத்திய காலணிகளைப் போட்டிருந்தார்கள். அந்த மரச் செருப்பு சற்று உயரம். எனவே வேகமாக ஓடியாட முடியாது. தேய்த்துத் தேய்த்துத்தான் நடக்க வேண்டும். தேய்க்கிற சரசரப்புக் கேட்காமல் அடியில் ரப்பரோ, துணியோ கொடுத்திருந்தது.

டோக்கியோ எங்கும் அன்று ஒரே குழந்தைகள் மயமாக இருந்தது. லட்சக்கணக்கில் குழந்தைகளைக் காணமுடிந்தது. அநேகமாக அந்த எல்லாக் குழந்தைகளுக்கும்—ஆண்—பெண் அனைத் திற்கும் – தேசிய உடையான கிமோனோவையே அணிவித் திருந்தார்கள். திருநாளானதால் தாய்மாரும் தந்தையர் பலரும் கிமோனோவே அணிந்து வந்திருந்தார்கள். ஜப்பான் ஆடைத் தொழிலுக்குப் பெயர்பெற்றது. பட்டு நெசவின் திறமை அத்தனையும் அன்று உலா வந்துகொண்டிருந்தது.

மெய்ஜித் தோடத்தில் அன்று ஒரு நாலாயிரம், ஐயாயிரம் காமிராக்களைப் பார்த்திருப்பேன். பையன்கள் கையில் காமிரா; பெண்கள் கையில் காமிரா. தந்தைகள் கையில், தாய்மார்கள் கையில் – எங்கும் காமிராக்களே. காமிராக்களின் காட்சியா, குழந்தை காட்சியா, கிமோனோக் காட்சியா, பட்டு நெசவுக் காட்சியா என்று கண்டுபிடிக்க முடியவில்லை. ஜப்பானில் போட்டோ பிடிக்கும் கலையும் காமிரா செய்யும் தொழிலும் அப்படி முன்னேறி யிருக்கின்றன. காமிராத் தொழிலில் அது உலகில் முதல் இடம் பிடித்துக்கொண்டு விட்டது என்று சொல்கிறார்கள். மிக நேர்த்தியான, மிக உயர்ந்தரகக் காமிராக்களை, வழக்கம் போல உலக மார்க்கெட்டின் விலையில் பாதி, முக்கால் கொடுத்து வாங்கிவிடலாம். அதனால்தான் போட்டோ பிடிக்கிற ஆர்வமும் அங்கு ஒரேயடியாகத் தொற்றிக்கொண்டிருக்கிறது. ஏழை, பணக்காரன் என்றில்லை. அனைவருக்கும் அவரவர் நிலைக்கு ஏற்ற ஒரு நல்ல காமிரா கிடைத்துவிடுகிறது.

அதேபோல பிலிம் தொழிலும் பெரிய அளவில் பெருகி யிருக்கிறது. 36 படங்கள் எடுக்கக்கூடிய 35 மிலி மீட்டர் பிலிம்

சுருள் சாதாரண இரண்டரை ரூபாய்க்கு அங்கே கிடைக்கிறது. கூட்டுறவுக் கடைகளில் அதையே இரண்டு ரூபாய், ஒன்றே முக்கால் ரூபாய்க்கு வாங்கிவிட முடியும். இவை யாவும் தரத்தில் உயர்ந்தவை. ஜெர்மன், அமெரிக்கச் சரக்குகளுக்கு ஈடானவை. ஆனால் விலை குறைந்தவை. அதுவும் வெளிநாட்டுக்காரர்களைக் கண்டுவிட்டால் இந்தக் குறைந்த விலையிலும் கால் பகுதி தள்ளிக்கொடுத்து விடுகிறார்கள். தம் தேசத்துச் சரக்குகளின் நயம், நேர்த்தி எல்லாம் உலகிற்குத் தெரியட்டும் என்று போட்டி போட்டுக்கொண்டு கொடுக்கிறார்கள். அதனால்தான் ஜப்பானுக்குச் செல்லும் வெளிநாட்டவர்கள் காமிரா வாங்காமல் அந்த நாட்டைவிட்டுக் கிளம்புவதில்லை.

ஜப்பானில் நவம்பர் 15 நல்ல குளிரான நாள். தமிழ் நாட்டிலும், பொதுவாகத் தென்னாட்டிலும் அப்பொழுது தான் 'குளிர்காலம் என்ற காலம் வரப்போகிறேன்' என்று தூரத்தில் தலைகாட்டுகிற தருணம். அந்த சமயம் இங்கு மழை, அல்லது சுமார் வெயிலாக இருக்கும். நம் நாட்டில் குழந்தைகளைப் பதினாயிரக்கணக்கில் எங்கோ ஒரு மைதானத்தில் கூடச் சொல்லி நல்ல வெயிலில் இரண்டு மூன்று மணி நேரம் நிறுத்தி வைப்பதைப் பார்க்கும்பொழுது கண்ணராவியாக இருக்கிறது. யாரோ பெரிய மனிதர் வரப்போகிறாராம்; என்னமோ சொல்லப்போகிறாராம்! குழந்தைகளிடம் அன்பு பூண்ட பெருமானாக அவர் இருக்கலாம். அதற்காக ஒரு பதினாயிரம் பள்ளிக்கூடத்துக் குழந்தைகள் உடுப்பும் கொசகொசப்புமாக வெயிலில் நின்று ஏன் வேர்த்து உருக வேண்டும் என்று தெரியவில்லை. பெரிய மனிதர் வர நாழியாகிறது. அவருக்கு எத்தனையோ வேலைகள். அவர் வர நேரமானாலும், அவர் வருவதற்கு மூன்று மணி முன்பேயே அத்தனை குழந்தைகளும் கூடியாகவேண்டும். பல பள்ளிகளிலிருந்து அவர்களை ஓட்டிவரும் ஆசிரியர்மார் இன்னும் முன்பு புறப்படவேண்டும். இப்படி மணிக்கணக்கில் குழந்தைகளை ஏன் நிற்கவைக்க வேண்டும் என்று புரியவில்லை. சில குழந்தைகள், மயங்கி விழுவதும் பித்தக் கிறுகிறுப்பால் குமட்டித் துப்புவதும் சாதாரணக்காட்சி. சாயங்காலம் அல்லது முன் காலையில் இந்தக் கொண்டாட்டத்தை வைத்துக்கொண்டு குழந்தைகளை வதைக்காமல் இருக்கக் கூடாதா என்றுதான் நமக்குத் தோன்றுகிறது! – ஏதோ ஞாபகம் வந்தது சொன்னேன்.

பொதுவாகக் குழந்தைகளுக்கு ஜப்பானில் சலுகை அதிகம். மலர்களைப்போல, குழந்தைகளைப் பேணுவதிலும் எல்லை யில்லாத ஆர்வம் காட்டுகிறார்கள். அங்கு இது ஒரு அதிசயமா என்று கேட்கலாம். குழந்தைகளை யார்தான் விரும்ப மாட்டார்கள்? கொண்டாட மாட்டார்கள்? ஆனால் உலகத்தில் சில மக்கள்

குழந்தைகளை அதிக அளவில் கொண்டாடுகிறார்கள் என்று தோன்றுகிறது. இந்தியாவில் பஞ்சாபிகளை இந்த வகையில் சேர்க்கலாம். ஜப்பானிலும் இந்த குழந்தைப் பிரியத்தைக் காண்கிறோம். நவராத்திரி போன்ற கொலுத் திருநாள், ஆண் குழந்தைகளுக்கான திருநாள் – எல்லாம் அங்கு உண்டு. ஆனால் நாங்கள் போனது அக்டோபர், நவம்பர், டிசம்பரில். எனவே அவற்றைக்காண முடியவில்லை. ஆயினும் பண்டிகை நாட்களில் மட்டுமின்றி எப்பொழுதுமே குழந்தைகளுக்கு அதிகச் செல்லமும் சலுகையும் உண்டு என்று தோன்றிற்று. "இத்தனைக்கும் சேர்த்து பள்ளிக்கூடத்து இறுதி வருஷத்தில் பிழிந்தெடுத்து விடுவார்கள். பள்ளிக்கூடத்து இறுதிப் பரீட்சையில் தேர்வது மிகவும் கடினம். பாடங்கள், பரீட்சைகள் – எல்லாமே கடினமாகத்தான் இருக்கும்" என்றார் நண்பர் ஒகஹானா.

நானும் ஒரு ஏழெட்டுக் குழந்தைகளைச் சிநேகம் பிடித்துக் கொண்டிருந்தேன். நாங்கள் இருந்த இடம் டோக்கியோவின் மையத்திலிருந்து பதினைந்து மைல் அப்பாலுள்ள ஒதுக்கமான இடம். கிராமம் மாதிரி இருக்கும். எங்கள் விடுதியின் மாடியில் என் அறையிலிருந்து பார்த்தால் ஒரே வயலாகக் காட்சியளிக்கும். விடுதிக் காம்பவுண்டை ஒட்டினாற்போலச் சில வீடுகள். பிறகு வயல்கள். பத்து வயல்களுக்கு அப்பால் மீண்டும் சில வீடுகள் வரிசையாகத் தெரியும். சிலசமயம் தெருக்குழந்தைகள் அங்கே வந்து விளையாடிக்கொண்டிருக்கும். பக்கத்திலேயே கடை ஒன்று இருந்தது. அங்கு காய்கறி, மீன், ஆரஞ்சு, ஆப்பிள், வேர்க்கடலை, சாக்கலேட் எல்லாம் கிடைக்கும். பெரிய ஆப்பிள் பழம் நாலணா. ஐந்தணாத்தான். ஒரு நாலு பழங்களும், வேறு திண்பண்டங்களும் வாங்கி அந்தக் குழந்தைகளிடம் கொடுத்தேன்.

"தோமோ, அரிகாதோ கொஸாய்மாஸ்" என்றான் கொஞ்சம் பெரிய பையன். ரொம்ப நன்றி என்று அர்த்தம். சொல்லிவிட்டு மற்ற குழந்தைகளையும் சொல்லத் தூண்டினான் அவன். எல்லாம் நாலு ஐந்து வயதுக் குழந்தைகள்.

"அரிகாதோ கொச்சாய் மச்சு" என்றது ஒரு குழந்தை.

"தோமோ" என்றது இன்னொன்று.

"தோமோ."

"தோமோ."

ஒரு பயல் மட்டும் "தாங்ஸ்" என்று இங்கிலீஷில் சொன்னான். "அமெரிக்கா ஜின் ?" என்று கேட்டான். "அமெரிக்கரோ ?" என்று அர்த்தம்.

"ஈயே. இந்தோ ஜின்!" (இல்லை – இந்தியன்).

"இந்தோ ஜின்" என்று வியப்புடன் சற்றுப் பார்த்தான்.

"ஹை" (ஆமாம்).

உடனே ஓடிவிட்டான் அந்தப் பயல். கூட ஓடினவர்களிடம் திரும்பி என்னவோ சொன்னான். அந்தக் குழந்தைகள் அப்படியே நின்றுவிட்டன. ஒரு நிமிஷத்தில் திரும்பி வந்துவிட்டான். கையில் என்னவோ கொண்டு வந்தான். அருகே வந்தான். பிரித்தான். அது தேசப்படங்கள் அடங்கிய வர்ணப் புத்தகம். புரட்டி, ஆசியாக் கண்டத்துப் படத்தை எடுத்தான். இந்தியாவைக் காட்டினான்.

"ஹை" என்றேன்.

வேறு என்னவோ கேட்டான். புரியவில்லை. விடுதி மானேஜரை ஓடிப்போய் அழைத்து வந்தேன். அவர் விசாரித்து விட்டு, "உங்களுக்கு இந்தியாவில் எந்த ஊர் என்று கேட்கிறான்" என்றார்.

"மெட்ராஸ்" என்று இடத்தைச் சுட்டிக் காட்டினேன்.

"மெட்ராஸ் – மெட்ராஸ் – ஜின்."

"இந்தோ ஜின் – மெட்ராஸ் ஜின்" என்று எல்லோரும் ஒரு முறை கூறிவிட்டுச் சிரித்தார்கள்.

மறுநாள் காலையிலிருந்து நான் வேலைக்குப் போகும் சமயம் பார்த்து வெளியே காத்திருப்பார்கள் அந்த ஏழெட்டுக் குழந்தைகளும். "ஓஹாயோ கொஸாய்மஸ்" (நல்ல நாளாக இருக்கட்டும் என்ற பொருள்) என்று ஒரு மூன்று வயதுக் குழந்தை கையைத் தூக்கும். தொடர்ந்து எல்லாம் அதையே கத்தும். தேசப்படப் பையன் மட்டும் "ஹர்ரோ, ஹர்ரோ, குட்மாணிங்" என்பான். நாலைந்து நாள்வரை ஹர்ரோ என்றால் என்ன வென்று புரியவில்லை. பிறகுதான் அவன் சொல்வது ஹல்லோ என்று தெரிந்தது. ஜப்பான் மொழியில் 'ல' என்ற ஒலி கிடையாது. அதற்குப் பதிலாக 'ர' என்று சொல்வார்கள் என்றும் ஒருவர் சொன்னார். விளக்கியவர் ஒரு வங்காளி. இதை ஒரு ஜப்பானியரிடம் சொல்லி, சரிதானா என்று கேட்க வேண்டும் என்று நினைத்துக் கொண்டே இருந்தேன், மறந்தே போய்விட்டது. அவர் சொன்னது சரி என்றுதான் தோன்றுகிறது. 'யாமாதே ரைன்' என்று ஒரு வரைபடத்தில் ஒரு ரயில் பாதையை ஆங்கிலத்தில் எழுதியிருந்தது. பிறகுதான் 'யாமாதே லைன்' அது என்று புரிந்தது. இதைப்போல அரிகாதோ (நன்றி) என்று இங்கிலீஷில் எழுதுகிறார்கள். அரிங்காதோ என்று சொல்கிறார்கள். இஸுகோசி என்பவர் இஸுனோசி மாற்றிச் சொல்லிக்கொண்டே ஒரு பெயர்ச்

சீட்டைக்கொடுத்தார். அதேபோல 'ஸு'வில் முடியும் சில வார்த்தைகள் எழுதப்படுகின்றன. ஆனால் குற்றியலுகரமாகத்தான் உச்சரிக்கிறார்கள்.

அன்று காலை பழங்களை வாங்கிக்கொண்டு போன குழந்தைகளில் ஒன்று மாலையில் ஒரு பெரிய ஆளுடன் விடுதியின் வாசலில் வந்து நின்றது. நான் தற்செயலாகக் கீழே இறங்கி வந்தேன். குழந்தை என்னை நோக்கிக் கையைக் காண்பித்தான். உடனே அவர் வந்தார், "ஆப்பிள் ஆப்பிள்" என்று கையைக் காண்பித்தார்.

"என்ன?"

"ஆப்பிள் – மாணிங்" என்று ஜாடை செய்தார்.

நல்லவேளையாக ஹிரோஷி அங்கே ஹாலில் உட்கார்ந்து பேசிக்கொண்டிருந்தார். "நீங்கள் காலையில் இந்த குழந்தைக்கு ஆப்பிள் கொடுத்தீர்களாமே? அதற்காக உங்களுக்கு நன்றி கூற வந்திருக்கிறார். பையனுடைய தாயும் உங்களுக்கு நன்றிகூறச் சொன்னாளாம். நீங்கள் வருவீர்கள் என்றுதான் இங்கு காத்துக்கொண்டிருந்தாராம்."

எனக்கு நான் பிறந்து வளர்ந்த ஜில்லாவின் ஞாபகம் வந்தது. வயிற்றைக் கிழித்துக் காட்டினாலும் செப்பிடு வித்தை என்று சொல்கிற ஜில்லா அது.

ஹிரோஷியின் உதவியுடன் அவரோடு சிறிதுநேரம் பேசிக்கொண்டிருந்தேன். "ஜீதார்த்தா பிறந்தது இந்தியாவில்தான். அங்கேயிருந்துதான் இவரும் வந்திருக்கிறார்" என்று அவரிடம் சொன்னதாகச் சொன்னார் ஹிரோஷி.

O

7

மாலை ஆறு மணிக்குப் பிறகு சென்னை மாநகரில் எப்படிப் பொழுதுபோக்குகிறோம்? – தமிழ்ப் படத்திற்குப் போகலாம். அது வேண்டாம் என்றால் ஹிந்தி, இங்கிலீஷ் படத்திற்குப் போகலாம். சினிமா பிடிக்காதவர்களுக்கு இங்கே வேறுவழி கிடையாது. வாரம் ஒருமுறை எங்கோ சபாக்களின் ஆதரவில், இரண்டு மூன்று இடங்களில் நாடகங்கள் நடக்கலாம்; கச்சேரி கேட்கலாம். அதுவும் நல்ல கச்சேரி நல்ல நாடகமாகத்தான் இருக்கும் என்று சொல்வதற்கில்லை.

ஆனாலும் ஒரே ஒரு பொழுதுபோக்குப் பஞ்சமில்லை, – புராண சிரவணம், ராமாயணம், பாரதம், கீதை, பாகவதம், முருகன் பெருமை, வேதாந்தம் – இவற்றை மூலைக்கு மூலை கேட்டுக்கொண்டிருக்கலாம். பாரிஸ், லண்டன், ஹாங்காங், நியூயார்க் – இந்தப் பட்டணங்களெல்லாம் குடியிலும் கூத்திலும் விழுந்து புரண்டு கொண்டிருக்கிற நேரத்தில் சென்னை போன்ற நகரங்கள் இறைவன் நாமத்தில் புரள்கிற பிடிவாதத்தைப் பார்த்தால் யாரும் ஆச்சரியப்பட்டுத்தான் போவார்கள். எனக்கு சினிமாவும் பிடிக்காது புராணமும் பிடிக்காது என்கிறவர்கள் படுக்கை போட்டுக் கொள்வதைத் தவிர வேறு ஒன்றும் செய்ய முடியும் என்று தோன்றவில்லை. வேண்டுமானால், படிக்கலாம்; பேசலாம்; தியானம் செய்யலாம். ஆனால் என்னத்தைப் படிக்கிறது? யாரோடு பேசுகிறது? என்னத்தைத் தியானம் செய்கிறது?

நண்பர் சிட்டி அடிக்கடி ஒரு யோசனை சொல்லிக் கொண்டிருக்கிறார். நம்மூர் சினிமா அதிபர்களுக்கு மலைமலையாகப் பணம்பண்ணவும் வாய்ப்பு அளிக்கக்கூடிய யோசனை அது: ‘இரவில் சென்னை’ என்று ஒரு 19 ஆயிரம் அடிப்படம் எடுத்து உலகம் பூராவும் காட்டவேண்டும் என்று ஆசை

அவருக்கு. இத்தனை புராணங்களும், அடியார் கூட்டங்களும் துறவிகளும் சொற்பொழிவுகளும் உலகத்திற்குத் தெரியாமல் வீண் போவதைப் பார்த்தால் எனக்கும் கண்ணராவியாகத்தான் இருக்கிறது. தறிகெட்டுத்திரியும் உலகத்திற்கு இப்படி ஒரு கவர்ச்சிப்படம் இருக்கத்தான் வேண்டும். ஆனால் ஒரு நிபந்தனை, பத்துப் பத்துக் கப்பல் அரிசியும் கோதுமையும் நமக்கு இலவசமாகக் கொடுக்கிற நாடுகளுக்குத்தான் இந்தச் சலுகை காட்டப்பட வேண்டும்.

டோக்கியோவில் சில இரவுகளில் எனக்கு வெறி பிடித்துவிடும். ராமாயணம், பாரதம் என்று எங்காவது கதை நடக்கிற இடமாகப் போகவேண்டும் என்று: 'நாளைய நிகழ்ச்சிகள்', 'இன்றைய நிகழ்ச்சிகள்' பத்திகளைப் புரட்டினால் எங்குபார்த் தாலும் நாடகம், நடனம், நாடகம், நடனம் – இதே கதைதான். சிற்றன்னையின் கொடுமை தாளாமல் காட்டிற்குத் தவஞ்செய்யப் போன துருவன், விஷ்ணுவை வரவழைத்து வரம் வாங்கி, ராஜ்யம் வாங்கி, நட்சத்திரமாகவும் ஆகிவிட்ட நிகழ்ச்சி, நேற்றிரவு ஏழு மணிக்குப் புரசவாக்கத்தில் நடந்ததாக நம்முடைய தினசரிகள் அடிக்கடி தெரிவிக்கின்றனவே, அப்படியாவது ஆறுதலடையலாம் என்று பார்த்தால் ஜப்பானிய தினசரிகளில் அதுவும் இல்லை. நாடகம், கூத்து, நடனம் – இந்தச் செய்திகள் தான் விளம்பரங்களிலும் அறிவிப்புகளிலும் நிறைந்து கிடந்தன. வேறு வழியின்றி அதுகளையாவது பார்த்துவிட்டு வரலாம் என்று கிளம்பினோம்.

ஆனால் முதல் நாள் ஒரு நாடகத்திற்கும் போகவில்லை. போவதாகத்தான் கிளம்பினோம். டோக்கியோ நகரத்தில் உள்ள எத்தனையோ ரயில் ஸ்டேஷன்களில் ஷிபூயா முக்கியமானது. நாங்கள் இருந்த இடத்திலிருந்து பஸ்ஸில் அந்த ஷிபூயாவுக்கு வந்து, அங்கிருந்து தான் டோக்கியோவின் மையப் பகுதி களுக்குப் போக வேண்டும். ஷிபூயாவில் பூமிக்கு மேலேயும் ரயில் போகிறது, கீழேயும் போகிறது. பூமிக்கு அடியில் போகிற ரயிலில் ஏற மூன்று மாடி ஏறியாக வேண்டும். அத்தனை உயரத்தில் புறப்படும் ரயில் திடீரென்று பூமியின் இருளில் பாய்ந்து விரையும். அதில் ஏறிக்கொண்டு கின்ஸாவுக்குப் போனோம்.

கின்ஸா என்றால் 'வெள்ளி வீதி' என்று அர்த்தமாம். பெரிய பெரிய வர்த்தக நிறுவனங்கள், கடைகள், நாடக நடனக் கொட்டகைகள் மற்ற பொழுதுபோக்குகள் எல்லாவற்றையும் கின்ஸா பகுதியில் பார்த்துவிடலாம். அங்கேயுள்ள தெருக்களைப் பார்த்து நியூயார்க்கிலிருந்து வந்த அமெரிக்கர்களே பட்டணம் வந்த பட்டிக்காட்டான் போலப் பிரமித்து நிற்கிறார்கள் – கின்ஸா அப்பேர்ப்பட்ட ஒரு கந்தர்வலோகம். அங்கே இரவு பட்டப்

உதய சூரியன்

பகலாக இருக்கும் – அப்படி வெளிச்சம் போட்டிருக்கிறார்கள். இந்த உலகில் மின்சார விளக்குகளால் எத்தனை ஜாலங்களும் பகட்டும் செய்ய முடியுமோ அத்தனையும் அங்கே செய்து வைத்திருக்கிறார்கள். நியான் விளக்குகளில் எத்தனை வர்ணங்கள் சாத்தியமோ, எத்தனை ஓட்டங்கள், சலனங்கள், வடிவங்கள், கோணல்கள், வியப்புகள் எல்லாம் சாத்தியமோ, அத்தனையும் செய்து காட்டியிருக்கிறார்கள்.

அங்கே ஒரு செய்திப் பத்திரிகை மாலை வந்த கடைசிச் செய்திகளில் முக்கியமானவற்றை கட்டிடத்தின் மேல் நியான் விளக்குகளைக் கொண்டு ஆங்கிலத்தில் எழுதிக் கொண்டே யிருக்கிறது. ஐந்தாறு மாடிகள் கொண்ட ஒரு மாளிகையின் வெளிச்சுவர்கள் அத்தனையும் நியான் விளக்குகளாலேயே கட்டியதுபோல ஒளியடித்துக்கொண்டிருக்கிறார்கள். பகலா இரவா என்று சில சமயம் பிரமை வந்துவிடும். அடிக்கடி வானத்தைப் பார்த்து, இரவுதான் என்று தெரிந்துகொள்ள வேண்டும். நியூயார்க்கில் பிராட்வே ஒளி விளம்பரங்களுக்கும் அலங்காரத்திற்கும் பெயர்பெற்றது. அது கின்ஸாவுக்கு உறை போடக் காணாது என்று வெள்ளைக்காரர்களே ஒப்புக் கொண்டிருக்கிறார்கள். அதனால், கடை கடையாக நின்று அந்த ஒளிக் கோலங்களைப் பார்த்துக்கொண்டிருந்தாலே ஒரு இரண்டு மூன்று இரவுகள் போய்விடும்.

நாடகம் பார்ப்பதற்காகக் கிளம்பிய சாமிநாதனும் நானும் கின்ஸாவில் அந்த வர்ண ஒளி ஜாலங்களைப் பார்த்தவாறு உலவிக்கொண்டிருந்தோம். தெருவைக் கடப்பதற்காக ஒரு இடத்திற்கு வந்தபொழுது அங்கே ஒரு சின்னக் கும்பல் நின்று கொண்டிருந்தது. கும்பலுக்கு நடுவில் ஒருவர் கத்திரிக்கோலைக் கையில் வைத்து ஏதோ கத்தரித்துக் கொண்டிருந்தார். ஒரு கஜ தூரத்தில் நின்று ஒரு ஆளின் முகத்தைப் பார்த்து அதேமாதிரி ஒரு கடுதாசியில் கத்திரித்துக் கொண்டிருந்தார். சரியாக முப்பது எண்ணுவதற்குள் ஒரு முகத்தைப் படம் பிடித்தார் போலக் கத்திரித்து விடுகிறார் அவர்.

ஒருவருடைய முகச் சாயலை அப்படியே படம் பிடித்தாற்போல் கொண்டுவருவது எல்லோருக்கும் வந்த கலை யல்ல. கார்ட்டூன் மாலிக்கு அது ஒரு இயற்கை வரம். வர்ண ஓவியங்களிலும், சிலையிலும் தத்ரூபமாக வடிப்பவர்கள் உண்டு. 'சுத்தக் கலைஞர்கள்' என்று தங்களைச் சொல்லிக்கொள்கிற சில ஆத்மாக்கள் இதைப் பார்த்துக் கேலி செய்வதுண்டு. "அது கலையில்லை. புகைப்பட வித்தை; ரொம்ப சாதாரணமான வித்தை" என்று அவர்கள் சொல்லி ஒதுக்குகிறார்கள். ஆனால் இப்படி ஒதுக்குகிற கலைஞர்களில் பெரும்பாலோருக்கு ஒரு

தி. ஜானகிராமன்

முகத்தின் முக்கியமான சாயலையும் குணத்தையும் வடிக்கும் ஆற்றல் சித்தியாகவில்லை என்பது நமக்கு எளிதில் புரிந்துவிடும். அந்தத் தோல்வியை மறைப்பதற்காக, அவர்கள் 'அது கலையில்லை' என்று மரத்தின் மீது ஏறி உட்கார்ந்து பேசுகிற வழக்கம்.

ராமனையும் கிருஷ்ணனையும் நாம் பார்க்காத முகங் களையும் 'குணங்களை' மட்டும் காட்டி வரையலாம். ஆனால் பார்த்துப் பழகிய ஒரு முகததின் சாயலைக் கொண்டுவர முடியாமல், கைவந்தவர்களை 'கீழ்த்தரக் கலைஞர்கள்' என்று சொல்வது விதண்டாவாதம். மகாத்மா காந்தியை நாம் நேரிலும் திரைப் படத்திலும் பார்த்திருக்கிறோம். ஆனால் அவரைச் சிலையில் வடிப்பதாகச் சொல்லி, அவருடைய அப்பாவை யும், தாத்தாவையும் போல வடிக்கிற முதல் தரக் கலைஞர்கள் சிலர் நம் நாட்டில் இருக்கிறார்கள். 'சாயல் வரவில்லையே' என்றால் நம்மைக் கோபித்துக் கொண்டு உதட்டோரமாக முறுவலிக்கிறார்கள்.

அந்த ஜப்பான்காரன் காகிதத்தைக் கத்தரித்து முப்பது விநாடிக்குள் தத்ரூபமாக முகச்சாயலைக் கொண்டுவரும் வித்தையைப் பார்த்ததும் இது ஞாபகம் வந்தது. அவன் உயர்ந்த கலைஞன் அல்ல; ஒண்ணேகால் ரூபாய்க் கலைஞன்தான்; சாதாரணத் தாளைக் கொண்டு நம்மைப்போல அரை நிமிடத்தில் நிழற் படம் கத்தரிப்பவன்தான். என்றாலும் அவன் வாங்கிய கூலியையும் செலவழித்த நேரத்தையும் கணித்த பொழுது அவன் மிகவும் நேர்மையானவன் என்றே தோன்றியது. அப்பியாசமும் பண்பாடும் இல்லாமல் கையில் வந்ததைக் கிறுக்கி 'எக்ஸிபிஷன்' வைத்து கழுத்தை அறுக்கிற 'நவீனக் கலைஞன்' இல்லை.

எங்களுக்கும் சபலமாகத்தானிருந்தது. எங்கள் மாதிரி கத்திரிக்க முடியுமா என்றோம். "ஹை" என்று கூறி, அருகில் நிற்கச் சொன்னான். காகிதத்தையும் கத்திரியையும் எடுத்தான். கன்னத்தில் வெளிச்சம் படும்படியாக விளக்கைச் சீர்படுத்தினான். கத்திரிக்க ஆரம்பித்தான். எண்ணி இருபத்தொன்பதாவது விநாடியில் படம் தயாராகிவிட்டது. அதை வைத்துக் குஞ்சலம் போட்டுத் தர அரை நிமிஷம் ஆயிற்று. இதோ கொடுத்திருக்கிறேன் அந்தப் படத்தை. – அவர் நிச்சயமாக நல்ல கலைஞர்தான். சுத்தக் கலைஞருக்குக் கொடுக்கிற மதிப்பை அவருக்கும் நான் கொடுக்கிறேன்.

இதில் இன்னொரு தவிப்பையும் அன்று கவனித்தேன். படங்களை வாங்கிக்கொண்ட நாலைந்து பேர் அவை தங்களைப் போல இல்லையே, என்று குறை சொல்லிக்கொண்டிருந் தார்கள். அந்த மனிதர். 'இல்லை, அப்படியே இருக்கிறதே' என்று கூறிக்கொண்டேயிருந்தார். அவர்கள் தங்கள் பல்லவியையே

கட்டுரை ஆசிரியரைப் பார்த்த டோக்கியோ 'வீதிக் கலைஞர்' கத்திரித்து கொடுத்த காகிதச் சித்திரம் இதுதான்.

தி. ஜானகிராமன்

பாடினார்கள். வெளிநாட்டவர் அவர்கள். “ஸாரி, அப்படியானால் திருப்பிக் கொடுத்துவிடுங்கள். பணத்தைக் கொடுத்து விடுகிறேன்” என்றார் அவர். “வேறு செய்யேன்” என்று அவர்கள் சொன்னபோது, “மன்னிக்கவேண்டும். அதற்கு மேல் என் கைக்கு வராது” என்று சொல்லிவிட்டார் அவர். அவர்களும் வேறு வழியின்று அரை மனத்துடன் அந்தப் படங்களை எடுத்துக்கொண்டு போனார்கள் – விஷயம் ஏதுமில்லை; அவர் அப்படியே தத்ரூபமாக இம்மி மாறுதலின்றித்தான் செய்திருந்தார். ஆனால் அவர்களது முகங்கள் அப்படி இருந்தன. அப்பா, அம்மாவைக் கோபித்துக் கொள்வதற்குப் பதிலாகக் கலைஞரைக் குறை கூறிக்கொண்டே சென்றார்கள் அவர்கள்.

கின்ஸாவிலேயே நடை பாதையில் இன்னொரு கலைஞர் இருக்கிறார். அவர் நம்மை நேராக நிறுத்தி வைத்து நம் முகத்தை நேர்ப் பார்வையில் ஓவியப் பென்சிலால் எழுதுகிறார். அவரும் தத்ரூபமாக வரைபவர்தான். ஆனால் ஒரு ஓவியத்தை முடிக்க அரை மணி நேரமாகிறது. அதுவரையில் நிற்க எங்களுக்குப் பொறுமை இல்லை.

இன்னொரு நாள், ‘இன்றைக்காவது கட்டாயம் நாடகம் பார்த்து விடுவது’ என்று வேறொரு நண்பரோடு கிளம்பினேன். கின்ஸா ஸ்டேஷனில் இறங்கி மேலே தெருவில் ஏறி நடந்து சிறிது தூரம் போனதும் கிர்கிர்ரென்று ஒரு மூலையில் சத்தம் கேட்டுக் கொண்டிருந்தது. இயந்திரங்கள் இயங்கும் ஓசை. சட்டென்று திரும்பினோம். ஒரு கடை மேலே ‘பசின்க்கோ’ என்று ஆங்கிலத்தில் எழுதியிருந்தது. உள்ளே பார்த்தோம். வரிசையாக சுமார் முப்பது பேர் சுவரைப் பார்த்து நின்றபடி எதையோ இழுத்துக் கொண்டிருந்தார்கள். கொல கொல என்றும் கிர்ரென்றும் சத்தம் கேட்டபடியிருந்தது.

உள்ளே போனாம். ஒவ்வொரு நபருக்கும் முன்னால் ஆணிகள் பதித்த பலகை மாதிரி ஒன்று இருந்தது. கையில் அரை கோலி அளவுக்கு ஒரு ஈயக் குண்டைப் பலகையில் ஒரு இடத்தில் வைத்தபிறகு அவர் ஒரு ஸ்பிரிங் தடியை இழுத்தார். அந்தத் தடி ஈய கோலியைத் தட்டியது. குண்டு உடனே அந்த ஆணிகள் நிறைந்த வட்டப் பலகைக்குள் பாய்ந்தது; பிறகு தட்டுத் தடுமாறிக் கொண்டே சென்று, கடைசியில் ஒரு பொந்தில் மறைந்துவிட்டது. உடனே இன்னொரு குண்டை எடுத்து வைத்து அடித்தார். அதுவும் அப்படியே பொந்தில் மறைந்தது. ஐந்தாவது குண்டு வேறு ஒரு பொந்தில் விழுந்தது. உடனே பலகையிலிருந்த ஒரு வாய் திறந்துகொண்டது. கொலகொல என்று சுமார் இருபது குண்டுகள் பலகைக்கு முன்னுள்ள ஒரு பெட்டியில் விழுந்தன. ஆசாமிக்கு முகத்தில் களை வந்துவிட்டது.

‘பசின்க்கோ’ ஒரு சூதாட்டம். ஐம்பது யென் கொடுத்தால் உங்களிடம் ஒரு இருபது முப்பது ஈயக் கோலிகள் வைத்த ஒரு பெட்டியைத் தருகிறார்கள். அதை எடுத்துக் கொண்டுபோய் ஒரு பலகை முன்னால் நின்று ஒவ்வொரு ஈயக் குண்டாகப் போட்டு, இழுகம்பியால் தட்டித்தட்டி விளையாட வேண்டியது. சரியான பொந்தில் விழுந்தால் சில சமயம் ஒன்றுக்குப் பத்து, இருபது, முப்பது என்று குண்டுகள் வந்து நம் பெட்டியில் விழும். இந்த மாதிரி நிறையச் சேர்ந்ததும் அந்த கோலிகளைக் கடை முதலாளியிடம் கொண்டுபோய்க் கொடுத்தால், அவர் அவற்றை எண்ணி உங்களுக்குப் பரிசு கொடுப்பார் – என்ன பரிசு? சாக்கலேட்டுகள், சோப்புகள்; இந்த மாதிரி. ரொக்கம் கிடையாது – சட்டம் ரொக்கப் பரிசைத் தடுக்கிறதாம்.

ஆனால் சரியான பொந்தில் குண்டு லேசில் விழாது, உங்கள் பெட்டியும் நிறையாது. முப்பது நாற்பது கோலிகளுக்கு ஒன்றே ஒன்றுதான் அப்படிப் போய்விழும். மற்றவை எல்லாம் பாழுங் கிணற்றில் விழுவது போல தப்புப் பொந்தில் விழுந்து உங்களை அசடாக அடித்துக் கொண்டேயிருக்கும். மணிக்கணக்கில் நின்றால்தான் ஒருவேளை பெட்டி நிரம்புமோ என்னவோ? அப்படி நிற்பவர்கள் இருக்கிறார்கள். மத்தியான்னம் பன்னிரண்டு மணிக்குப் போய், மாலை ஐந்து, ஆறு, ஏழு மணி வரையில் ஆடிக்கொண்டேயிருக்கிறார்கள் பலர். ஜப்பானை இந்த ஆட்டம் வெறி மாதிரிப் பிடித்து ஆட்டி வைத்துக்கொண்டிருக்கிறது. நானும் மூன்று தடவை ஆடினேன். இரண்டு தடவை பெரிய சாக்கலேட் இரண்டும், ஒரு உப்புப் போட்ட வேர்க்கடலைப் பருப்புப் பையும் கிடைத்தன. மூன்றாவது தடவை நூறு யென் கையைவிட்டுப் போய்விட்டது – புத்தி!

இந்த ஈயக் குண்டோடு காலையும் மாலையும் பிராணனை விடும் ஜப்பானியர் இருக்கிறார்கள். பார்த்தால் கண்ணராவியாக இருக்கிறது. டோக்கியோவில் மட்டும் இப்படி 4000 பசின்க்கோ கடைகள் இருக்கின்றனவாம்! ஜப்பான் முழுவதிலும் 26 ஆயிரம் கடைகள் வரை இருப்பதாகச் சொன்னார்கள்.

எனவே இரண்டாவது நாள் புறப்பட்டும் நாடகக் கொட்டகைவரை போகவில்லை. மூன்றாவது தடவை முன் கூட்டியே திட்டமிட்டுப் புறப்பட்டோம். இந்த முறை நாடகக் கொட்டகை என்ற லட்சியத்திலிருந்து வழுவ முடியவில்லை. இலங்கையிலிருந்து வந்த ஞானமும், மொழிபெயர்க்க ஹிரோஷி யும் உடன் வந்தார்கள். பஸ்ஸிலும் ரயிலிலும் போய் இறங்கியதும் நேராக கின்ஸாவிலுள்ள கபூகி நாடக அரங்கிற்கே போய்விட்டோம். ஆளுக்கு முன்னூறு யென்னோ நானூறு யென்னோ (சுமார்

5 1/4 ரூபாய்) கொடுத்து டிக்கட் வாங்கினோம். அந்த அரங்கு மிகப் பெரியது. முகப்பெல்லாம் ஜப்பானிய பாணியிலேயே அழகாக அமைத்திருக்கிறார்கள். உள்ளே பிரம்மாண்டமான நாடகக் கொட்டகையாக அமைந்திருக்கிறது. ஜப்பானியருக்கே உரிய வர்ண உணர்ச்சியும் ஓவியப் பிரக்ஞையும் உட்புறத்தைக் கொள்ளை அழகாக்கியிருக்கின்றன.

கபூகி நாடக மேடை விசாலமானது. நம்முடைய அரங்கின் அகலம் போல இரண்டு மடங்கு இருக்கும் என்று தோன்றுகிறது. சுழல் காட்சிகள் அமைத்திருக்கிறார்கள். ஆனால் காட்சி மாறும்போது எந்த வித அதிர்ச்சியோ உலுக்கலோ இல்லாமலே ஒரு பாத்திரம் இன்னொரு இடத்திற்குப் போகிறது. இதைப் பார்க்கும்போது ரசிகர்களுடைய ரசிகத்தன்மையை எவ்வளவு போற்றி மரியாதையாகச் செய்கிறார்கள் என்பதை உணர முடிகிறது. பாட்டுகளும் பக்கவாத்தியங்களும் இழைந்து ஒத்துப் போகின்றன. காட்சி முடிவில் விளக்கை அணைத்துவிட்டு, தபலா, ஆர்மோனியம், பிடில், சலங்கை எல்லாம் ஹோ ஹோ என்று அலறும் ராக்ஷசக் கூச்சல்களை அங்கு கேட்க முடியாது. சென்னை நாடகங்களைப் (தொழில் அமெச்சூர் இரண்டும் தான்) பார்த்துவிட்டு கபூகியைப் பார்க்கிறவர்களுக்கு அது ஒரு புதிய அனுபவமாக இருக்கும்.

நம் ஊரில் ஓசைக் குழுக்களை இசைக் குழுவாக்கிக் காதில் ஈயத்தைக் காய்ச்சி ஊற்றுகிறார்கள். நம் நாடக இசைக் குழுவினர் விற்பன்னர்தாம்; ஆனால் நெடுநாள் மரபு விடுவதில்லை. நடிகர்கள் பேசுவது புரியாமல் 'மூட்' சத்தங்களை எழுப்புவதும், ஒரு காட்சி முடிந்து இன்னொரு காட்சி தொடங்கும் பொழுது பார்ப்பவர்களின் உணர்ச்சி லயத்தைக் கலைத்து மண்டையில் கல்லைத் தூக்கிப் போடுவதுபோல் ஒரு சினிமாப் பாட்டை ஏககாலத்தில் ஓசைப்படுத்துவதும் நம் மரபாகி விட்டது.

நடிகரும் நாடகத் தயாரிப்பாளருமான ஒரு நண்பரிடம் அவருடைய ஓசைக்குழு பண்ணுகிற இந்த அட்டூழியத்தைப் பற்றி அடிக்கடி சொல்லியிருக்கிறேன். ஆனால் "அட பைத்தியமே" என்று அவர் வாய்விட்டுச் சொல்லாமல், வாயின் ஒரு ஓரத்தால் முறுவலித்துவிட்டுச் சும்மா இருந்துவிடுவார். அந்தப் புன்முறுவலுக்கு எத்தனையோ அர்த்தம் உண்டு. "உனக்கு நாடகத் தயாரிப்பு தெரியாது; எங்கள் ஆடியன்ஸ் யார் என்று தெரியாது. தமிழ்நாட்டு நாடக மேடை மரபு தெரியாது..." – இப்படிப் பல அர்த்தங்கள் உண்டு. தொண்டை கிழியக் கத்துகிற நடிகர்களைப் பார்த்து "நாங்கள் மட்டும் என்ன சப்பையோ?" என்று இந்த ஓசைக் குழுவினர் வஞ்சம் தீர்த்துக் கொள்கிறார்களோ என்னவோ!

“நம்முடைய நாடகங்களை நீ எப்போது இந்த சங்கீதத்தி லிருந்து காப்பாற்றப் போகிறாய்?” என்று நான் தெய்வங்களைப் பல தடவை வேண்டிக் கொண்டதுண்டு. சொல்லப் போனால் நோப்பாளம். “நம்ம ஊரில் சில பயல்கள் இருக்கிறார்கள். நாமெல்லாரும் என்ன செய்தாலும் தப்புக் கண்டுபிடிக்கிறார்கள். தமிழ்ப் பற்று, நாட்டுப்பற்று – இரண்டுமே இல்லாத பயல்கள்” என்று திட்டத்தான் செய்வார்கள். இவர்களை ஜப்பானுக்குப் போய், கபூகி நாடகம் பார்க்கச் சொல்லவில்லை. நம் ஊரிலேயே ருக்மிணிதேவி நடத்தும் கலாக்ஷேத்திர நாட்டிய நாடகங்களை யும், வங்காளி, மராத்தி நாடகக் குழுவினரின் நாடகங்களையும் இவர்கள் பார்த்தாலே போதும். இசையை எவ்வளவு அழகாக இவர்கள் பயன்படுத்துகிறார்கள், ஒப்ப இழைத்து நாடகத்தின் உயர்வை இன்னும் எப்படி உயர்த்துகிறார்கள் என்பது புரியும்.

கபூகி நாடகங்களில் பழைய சரித்திரக் கதைகளைத்தான் நடத்துகிறார்கள். ஒளியமைப்பு, ஒப்பனை, காட்சி ஜோடனை, இசை – அனைத்தையும் அந்தஅந்தத் துறையில், கடைசி எல்லையைத் தொட்டாற்போன்ற ஒரு தரத்துடன் செய்கிறார்கள். உணர்ச்சிகளை எதவாகப் பேணி வளர்க்கிறார்கள். கபூகி ஜன ரஞ்சகமான நாடக மரபு என்று சொல்லுகிறார்கள்; ஆனால் ஜனரஞ்சகம் என்பது நாட்டுக்கு நாடு வேறுபடுகிறது. உண்மைக்கு பங்கம் இல்லாமல் ஒப்பனை செய்கிறார்கள். ஜமீன்தாருக்கும் பாளையக்காரருக்கும் சக்ரவர்த்தி மாதிரி ஒப்பனை செய்வதில்லை. புராதனக் கதைகளையும் காட்சிகளை யும் நேற்று வந்த இயந்திர, மின்சார விசைகளின் உதவியால் கலையழகு நிறைந்த கவர்ச்சியுடன் உருவாக்கிக் காட்டுகிறார்கள்.

ஒப்பனை முறை கதகளி மாதிரி இருக்கிறது. பாத்திரங்களில் ராஜா, வீரன், போக்கிரி – இவர்களுக்கு ஏற்ப சிவப்பு, நீலம், பச்சை, கறுப்பு முதலிய வர்ணங்களைக் கோடாகவும் அப்பியும் மிகைப்படுத்தி குண இயல்பைப் புற அளவில் வற்புறுத்துகிறார்கள். பேச்சுக்கூட ஒரு தனி ஏற்ற இறக்கத்துடன், அளவுடன், சரித்திர நாடகங்களின் பாணியில்தான் அமைந்திருக்கிறது. இந்த ஒப்பனை, காட்சி ஜோடனை, ஒளி அமைப்பு எல்லாவற்றுடன் ஒரு மிகையோடு, சில காட்சிகளைப் பார்க்கும் பொழுது அபரிமித மான உணர்ச்சித் தாக்குதல் உண்டாகிவிடுகிறது. தன்மை நவிர்ச்சிக்கு அப்பாற்பட்டிருந்தாலும் இந்த சம்பிரமங்கள் எல்லாம் சேர்த்து எழுப்பும் உணர்ச்சிப் பிரவாகம் தீவிரப்படுகிறது. பாஷை புரியாத நாமே சாதாரணமாகத் தெருவிலோ மேடையிலோ கேட்கும் மொழியாக அல்லாமல் நாடக பாஷை, நாடகபாணிப் பேச்சு அது என்பதை உணர்கிறோம். ஹிரோஷிக்கே பல இடங்கள் விளங்கவில்லை.

கபூகி நாடகத்தில் பெண் வேடத்தை ஆண்கள்தாம் தரிக்கிறார்கள். நாடகம் பார்த்த பிறகுதான் அது தெரிந்தது. குரல், வேடம், நடை எல்லாம் பெண்களையே மிஞ்சக் கூடியவை. ஒரே நாளில் இப்படி மூன்று நாடகங்கள் வரை நடிக்கிறார்கள். ஒவ்வொன்றும் சுமார் ஒரு மணி நேரம் நீடிக்கிறது. பத்து அல்லது பதினைந்து நிமிட இடைவேளைக்குப்பிறகு இரண்டாவது. மூன்றாவது நாடகங்கள் தொடங்குகின்றன. மூன்றுக்கும் தனித் தனியாக டிக்கெட் வாங்கியாக வேண்டும். முதல் நாடகத்தை மட்டும்தான் நாங்கள் பார்த்தோம்.

ஜப்பானில் மக்களைக் கவரும் நாடகம் கபூகிதான். இதை ஆரம்பித்து வைத்தவர் இஸூமோ கோவிலைச் சேர்ந்த ஒகூனி என்ற பூஜாரிணி என்றும், பதினேழாம் நூற்றாண்டின் முற்பகுதியில் இது தொடங்கப்பட்டது. என்றும் கூறுகிறார்கள். நாளாக ஆக, ஒழுக்கக்கேடு மலிந்து இதை அறவே தடை செய்துவிட்டார்களாம். பெண்கள் ஆடிய இந்த நாடக மரபு அற்றுவிடுமோ என்று பலர் பயந்தனர்; மக்களுக்கு அத்தனை கவர்ச்சி இருந்தது. பிறகு பையன்களே வேடம் போடத் தொடங்கினார்களாம். ஒழுக்கக்கேடு குறையவில்லை. அதையும் தடை செய்தார்கள். பிறகு ‘பையன்களும் வேண்டாம், பெண்களும் வேண்டாம்’ என்று வயதுவந்த ஆண்களே கபூகியில் நடித்து நடத்தும் பொறுப்பை ஏற்றுக்கொண்டார்களாம்.

கவர்ச்சி, மரபு இரண்டும் ஒருங்கே இணைந்த ஒரு நாடகம் பார்க்க வேண்டும் என்றால் கபூகியைத் தான் பார்க்க வேண்டும்.

நாடகம் பார்த்துக்கொண்டேயிருந்தோம். துணி விழுந்தால் கேட்கும் நிசப்தம். நடுவில் “தத்தகோ – ஊவோ” என்று ஒரே பெரிய சத்தமாகக் கேட்டது. வாந்தி எடுக்குமுன் குமட்டுவது போன்ற, அந்த ஒலியைக் கேட்டுச் சிறிது நேரம் ஒன்றும் புரிய வில்லை. ஐந்து நிமிடம் கழித்து மீண்டும் கேட்டது. நாலைந்து தடவை இப்படி ஒலித்ததும் ஹிரோஷியிடம் கேட்டேன். “அதுவா? அது மேடையிலிருந்து வரவில்லை. நம்மைப்போல் பார்க்கிறவர்களில் ஒருவர். இந்த ஊரில் நாடகம் பார்ப்பவர்கள் ‘சபாஷ்’ போடவேண்டும் என்றால் இப்படித்தான் அந்த நடிகரின் பெயரைச் சொல்லிக் கத்துவார்கள்” என்றார் ஹிரோஷி.

“நடிகரின் பெயரையா அவர் சொன்னார்?”

“ஆமாம்.”

“பித்தமேலீட்டால் ஒக்காளிப்பது போல் இருக்கிறதே.”

ஹிரோஷி விழுந்து விழுந்து சிரித்தார். ஹிரோஷி பார்க்க அழகாக இருப்பார். அவர் ஜப்பானியரா என்று சிலசமயம்

சந்தேகம் வந்துவிடும். அவருக்கு மூக்கு நீளம். முக அமைப்பு கூட ஜப்பானியர் மாதிரி இராது. அமெரிக்காவில் படித்தாராம் அவர். வெகு அழகாகப் பேசுவார். இளைஞர்; அறிவாளி. பழகுகிற மரியாதையும் இங்கிதமும் யாருக்குமே பொறாமை ஊட்டும். "நான் ஜப்பானியனாயிற்றே என்று பூசி மெழுகாதீர்கள். மனசைத் திறந்து உங்கள் அபிப்பிராயங்களைச் சொல்லுங்கள். நான் உங்கள் நண்பன்; ஜப்பான் தேசத்துப் பொது உறவு அதிகாரி இல்லை. மனம்விட்டுப் பேசுவோம்." என்று தினமும் நாலு தடவை சொல்லிவிடுவார். அதனால் நானும் அவரிடம் மட்டும் என் மனத்தில்பட்டதைச் சொல்லிவிடுவது வழக்கம். பிடிக்காத சில ஜப்பானியப் பழக்கங்களை ஒளிவு மறைவில்லாமல் கண்டிப்பார் அவர்.

ஹிரோஷியோடு மெய்ஜி பூங்காவிற்கு ஒருநாள் போனது நினைவு வருகிறது. வெறும் வயிற்றோடு கிளம்பிவிட்டோம்; பசி தாங்கவில்லை. மலர்க் கூட்டங்களைப்போல் பெண்கள் அங்கே ஏராளமாக வந்திருந்தார்கள். அங்கே வேலை செய்துவந்த பெண் ஒருத்தியிடம் போய், "எங்களுக்கு ரொம்பப் பசிக்கிறது. சாப்பாடு வேண்டும்" என்றார் ஹிரோஷி. அந்தப் பெண்ணின் அழகைச் சொல்லித் தரமில்லை. அவள் அணிந்திருந்த கிமோனோவே ஆயிரம் ருபாய் விலை இருக்கும் போலிருந்தது.

அவள் சிரம் தாழ்த்தி வணங்கி, "எத்தனை பேருக்கு வேண்டும்?" என்றாள்.

"எங்கள் மூன்று பேருக்கு" என்றார் அவர்.

மூன்று நிமிஷத்திற்குள் கையடக்கமான மூன்று மரப் பெட்டிகளை ஏந்தி வந்தாள் அவள். பெட்டிகள் தான் எத்தனை அழகு! நகைப்பெட்டி மாதிரி இருந்தன. நாங்கள் உட்கார்ந் திருந்தோம். எங்களுக்கு முன் மண்டியிட்டு அமர்ந்து மரியாதை யாக மூன்று பெட்டிகளையும் தந்து, பணத்தை வாங்கிக் கொண்டு, சிரம் தாழ்த்தி நகர்ந்தாள் அவள். ஹிரோஷி அவள் போன திசையையே பார்த்துக்கொண்டிருந்தார். "என்ன அழகு!" என்று லயித்துக் கிடந்தார்.

"ஒரு வேலைக்காரி இத்தனை அழகாக இருக்கிறாளே" என்றோம் நானும் ஞானமும்.

"வேலைக்காரிதான். ஆனால் என்ன அழகு! என்ன நளினம்! என்ன அடக்கம் என்ன இங்கிதம்!"

பிறகு அந்தப் பெண்ணை அங்கு காணவில்லை. இரண்டு மணி நேரம்கழித்து, தோட்டத்தில் நின்றிருந்த ஒரு காடிலாக் கார் புறப்படத் தொடங்கிற்று. நாங்கள் உட்கார்ந்திருந்த

பூங்கா விடுதியின் இன்னொரு அறையிலிருந்து நாலைந்துபேர் வந்தார்கள். அந்தப் பெண்ணும் இருந்தாள். அந்தக் காரில் அவளும் ஏறிக்கொண்டாள். கார் நகர்ந்தது.

"அட முட்டாள்!" என்று ஹிரோஷி கண் அகல அதைப் பார்த்தார்.

"யார்?" என்றேன்.

"நான்தான். விடுதியில் வேலை செய்கிறவள் என்று நினைத்துக் கொண்டல்லவா அவளை "சாப்பாடு கொண்டுவா சில்லறை கொண்டுவா" என்றெல்லாம் சொல்லிக்கொண்டிருந்தேன்? யாரோ பிரபுவின் மகள் அல்லவா அவள்!" என்றார்.

அந்தப் பெண் இதையெல்லாம் பார்க்கவேயில்லை. அவள் பாட்டுக்குக் காரில் ஏறிக்கொண்டு அப்பா, அம்மா, அண்ணன், தங்கையோடு போய்க்கொண்டிருந்தாள்.

"எனக்கு என்ன பைத்தியம் பிடித்து விட்டதா?" என்று கேட்டபடியே கார் மறைவதைப் பார்த்து நின்று கொண்டிருந்தார் ஹிரோஷி.

○

8

ஹிரோஷி மகினோவிடம் 'நோ' நாடகம் பார்க்க வேண்டும் என்றேன் நான்.

"என்னைக் கூப்பிடாதீர்கள். எங்கெங்கே நடக்கிறது என்று விசாரித்து, டாக்சி பிடித்து, சரியான இடத்தில் கொண்டு இறக்கவும் சொல்லிவிடுகிறேன். நான் வரவில்லை" என்றார் அவர்.

"நீங்கள் வராவிட்டால் எனக்கு என்ன புரியும்?"

"எனக்கு மட்டும் என்ன புரியப்போகிறது? அது ரொம்பப் பெரிய விஷயம். எனக்கெல்லாம் அது புரியாது. பல தடவை பார்த்திருக்கிறேன். இன்னொரு தரம் உட்கார்ந்து பார்க்கப் பொறுமை இராது. உங்கள் சந்தோஷத்தைக் கெடுத்து விடுவேன்; நீங்கள் மட்டும் போய்வாருங்கள். எனக்கு நல்ல உடையும் இல்லை."

"உடை இல்லையா? இதைவிட என்ன உடுப்பு வேண்டும்?"

"உங்களுக்குத் தெரியாது. நீங்கள் அயல்நாட்டவர்; எப்படியாகிலும் போகலாம், வரலாம். நான் உள்ளூர்க் காரன். நோ நாடகம் பார்ப்பது, ஸ்வாமி தரிசனம் பண்ணுகிற மாதிரி. இல்லை, சக்ரவர்த்தியைப் பார்க்கப் போகிற மாதிரி என்று வைத்துக்கொள்ளுங்களேன். இப்படியெல்லாம் வர முடியாது. எனக்கு என்னவோ இப்படி வரக்கூடாது என்று தோன்றுகிறது" என்று கழன்றுவிட்டார் அவர்.

இவ்வளவு பிடிவாதம் செய்கிற ஆசாமி இல்லை அவர். மிகவும் இங்கிதம் தெரிந்தவர். சுமுகமானவர். மேல்நாட்டு உடையை மிகக் கவர்ச்சிகரமாக உடுத்துகிறவர். சரி என்று விட்டுவிட்டேன்.

பொருளாதார ஆராய்ச்சிக்காக டில்லி யிலிருந்து வந்திருந்த நண்பர் கங்காதரனும் நானும் இம்பீரியல் ஹோட்டலுக்குச் சென்று விசாரித்தோம்.

தி. ஜானகிராமன்

டோக்கியோவில் நடக்கிற நாடகம், பொழுதுபோக்குப் பட்டியலை யெல்லாம் பார்த்து, டெலிபோனிலும் விசாரித்து ஒரு விலாசத்தை எழுதிக் கொடுத்துப் போகச் சொன்னார்கள். டாக்சி இரண்டு மைல் வளைந்து வளைந்து சென்று ஒரு கட்டடத்தின்முன் நின்றது. நாடகக் கொட்டகைபோல அது இல்லை. வெளியே ஏதோ சொற்பொழிவு மண்டபம்போல் தோற்றமளித்தது. அயல் நாட்டு முகம் ஒன்றைக்கூடக் காணவில்லை. எல்லாம் ஜப்பானிய முகங்கள். இளைஞர்களாகவும் இல்லை. முப்பது வயதுக்குக் குறைந்த ஆள் யாரையும் காணவில்லை. கிழவர்களும் கிழவிகளும் நிறைய இருந்தனர்.

வழக்கம்போல ஒரே நிசப்தம்; கிசுகிசு வென்றுதான் பேச்சு. மேடை உயரமாக இல்லை. உட்கார்ந்திருந்த எங்கள் கண்ணளவு உயரம்தான். ஒரு எளிய மண்டபம்போல ஒரு அமைப்பு ஒரு ஓரமாக இருந்தது. மண்டபம் என்று சொல்வதைவிட அழகிய சார்ப்பு என்று சொல்லலாம். பின்புறமாக ஒரு லேசான மஞ்சள் பழுப்பு நிறத்தில் ஒட்டுப் பலகையால் செய்த சுவர்போல இருந்தது. அதன்மீது ஒரே ஒரு மரம் மிக அழகாக வரையப்பட்டிருந்தது – இந்த ஒரு காட்சிதான் நாடகம் முழுவதும். கபூகியின் பகட்டு, கவர்ச்சி இந்த 'நோ'வில் காண முடியாது.

சாதாரண கிமோனோ அணிந்த மூன்று நாலு பேர் சார்ப்பின்கீழ் வந்து உட்கார்ந்து கொண்டார்கள். நாலு பேரும் ஏதோ சொல்ல ஆரம்பித்தார்கள். நம் ஊரில் வேதம் சொல்கிறதுபோல இருந்தது. வாயை என்னமோ போல் வைத்துக்கொண்டு. 'த்யொ கௌவ்வௌவ்' என்று அடித் தொண்டையிலிருந்து, ஏற்ற இறக்கமில்லாத ஒரு குரலில் மந்திரம்மாதிரி சொல்லிக்கொண்டே போகிறார்கள். பக்கத்தில் நீள உருளையான ஒரு தோல் வாத்தியத்தை ஒருவர் தட்டிக்கொண்டே இருக்கிறார். அவர்கள் செல்லும்போது ஒருவர் உள்ளேயிருந்து வந்து மேடைமுன் நின்று ஆடுகிறார் – ஆடுவதென்றால் நாட்டியம் மாதிரியும் இல்லை. அந்தச் சொற்களுக்கு அபிநயம் பிடிக்கிறாற் போலிருக்கிறது. அபிநயம் என்பது கையிலும் உடலிலும்தான். முகத்தில் எந்தவித சலனமுமில்லை.

அவர் போனபிறகு ஒரு நடுவயதுப் பெண் வந்தாள். அவளும் அதேமாதிரி ஆடினாள். அவள் கையில் பிரித்த ஜப்பானிய விசிறி ஒன்று இருந்தது. அதை அசைத்துக் கொண்டே ஆடினாள் அவள் – அதையும் ஆட்டம் என்று கூறுவதற்கில்லை. கையையும் உடலையும் ஆட்டி, உதட்டைத் திறக்காமல் பேசுவது மாதிரிதான் இருந்தது. முகத்தில் பாவம் கிடையாது; கல்லாக இருந்தது. என்னவென்றே புரியவில்லை. பாட்டும் கிடையாது. வெறும் மந்திரம் மாதிரி ஒரே சுருதியில் ஓதல். மொழி புரியவில்லை,

புரிய வைக்கிற ஆளும் இல்லை. எத்தனை நேரம்தான் பார்ப்பது? மூன்று காட்சிகள் முடிய ஒரு மணி நேரமாயிற்று.

சபையில் உட்கார்ந்திருந்த சிலர் எங்கள் மாதிரியேதான் உட்கார்ந்திருந்தார்கள். அவர்களாவது புரிந்து கொண்டார்களா என்று கண்டுபிடிக்கவும் முடியவில்லை. முகத்தில் எந்தச் சலனமும் இன்றி, மாறுதலுமில்லாமல் அப்படியே பார்த்துக்கொண்டே அமர்ந்திருந்தார்கள். அவர்களில் சிலர் ஏதோ புத்தகத்தை வைத்துக்கொண்டு அதைப் பார்த்துப் புரட்டிக்கொண்டே இருந்தார்கள். நடு நடுவே நிமிர்ந்து மேடையையும் பார்த்தார்கள். மேடையில் உட்கார்ந்திருந்தவர்கள் சொன்ன 'மந்திரங்கள்'தாம் அந்தப் புத்தகத்தில் இருந்தன.

நாடகம் பார்ப்பது போலவே இல்லை. ஏதோ மதச் சடங்கை, அபிநயம் – மந்திரங்கள் கொண்டு நடத்தும் தொழுகையைப் பார்ப்பதுபோலவே இருந்தது. எதுவும் புரியாத ஒன்றை எத்தனை நேரம் பார்க்கிறது? கங்காதரனும் நானும் எழுந்து வந்துவிட்டோம்.

இத்தனை நாள் கழித்து ஒன்றே ஒன்றுமட்டும் ஞாபகமிருக்கிறது. 'நோ' நாடகத்தின் எளிமை, சாதாரண மக்களுக்குப் புரியாததுபோன்ற ஒரு உயர் தனித்துவம், பார்த்துக் கொண்டிருந்தவர்களின் பக்தி சிரத்தை – இவை மட்டும் ஞாபகம் இருக்கின்றன. இத்தனை ஆசாரமான ஒரு நாடகத்திற்கிடையே இயற்கைக் கடன்களைக்கூட கவனிக்கலாமோ கூடாதோ என்று ஒரு ஐயம் வந்துவிட்டது. கடைசியில் வெளியே வந்தபொழுது, பக்கவாட்டில் 'லேடீஸ்', 'ஜென்டில்மென்' என்று மேலே எழுதியிருந்த கதவுகளைப் பார்த்ததும்தான் ஆச்வாசமாயிருந்தது. ஒரு நிமிஷம் 'ஜென்டில்மென்'னாக இருந்துவிட்டு வெளியே வந்து சேர்ந்தோம்.

பாவமேதும் இல்லாவிட்டாலும் நான் பார்த்த 'நோ' நாடகத்தில் பாத்திரங்களின் முகங்களாவது தெரிந்தது. அப்படியில்லாமல் முகமூடி போட்டு மறைத்துக்கொள்ளும் பாத்திரங்கள்தான் பெரும்பாலானவையாம். அதனால் நமக்கு இன்னும் அலுப்பு ஏற்படும் என்றாலும் 'நோ' நாடகம் மிக உயர்ந்த கலை – ஆடம்பரம், பகட்டு கலக்காத உயர்ந்த கலை – படித்தவர்களும், மிகத் தேர்ந்தவர்களும் ரசிக்கிற கலை என்று சொல்கிறார்கள். ஜப்பானியர்களாக ஆனால் தான் அந்த நிலைக்கு நாமும் செல்லமுடியும். ஒவ்வொரு நாட்டிலும் இந்த மாதிரி பாமரருக்கு எட்டாத, மிகச் சில வித்வான்களே ரசிக்கும் கலை உண்டு.

நேரே கின்சாவுக்கு வந்து நாயர் நடத்தும் உணவு விடுதியில் நுழைந்தோம். 'நோ' நாடகத்திற்குப் போய் வந்ததைப் பற்றி

அவரிடம் சொன்னோம். "அப்படியா? அது நம்ம ஊர் கதகளியின் நிழல்தான். அதைப் பார்த்தவர்களுக்கு இது அதோட சீப் இமிடேஷன் மாதிரியே தோன்றும்" என்று வழக்கம்போல் ஒரு குண்டைத் தூக்கிப் போட்டுவிட்டு, "சரி, உங்களுக்கு என்ன வேண்டும்? ஆட்டுக் குழம்பா, சிக்கன் கறியா?" என்று கேட்டு ஒரு இடிச் சிரிப்புச் சிரித்தார் அவர். எங்களைப் பார்த்தவுடன் இந்தக் கேள்வியைக் கேட்காமல் இருக்கமுடியாது அவரால். வாய் புருபுருக்கும் போலிருக்கிறது. "குருவாயூரப்பன்தான் உங்களைக் காப்பாத்தணும். இந்த சுபிக்ஷமான உலகத்திலே பிறந்து, சைவ உணவுதான் சாப்பிடுவேன் என்று விரதம் இருக்கிறீர்களே! எத்தனை தின்பண்டங்கள், ருசிகளையெல்லாம் தவறவிட்டு விட்டீர்கள்!" என்று ஒரு தடவையாவது சொல்லாமலிருக்க மாட்டார் அவர்.

தென்னிந்தியர்களுக்கு சாப்பாடு விஷயத்தில் ஜீவநாடி அவர். டோக்கியோவில் அப்பளமும் குழம்பும், ஊறுகாயும் புத்துருக்கு நெய்யும் பருப்பும் தருகிற இரண்டு ஆத்மாக்களில் நாயர் ஒருவர். இன்னொருவர் மூர்த்தி. குதான் பகுதியில் இந்தியத் தூதராலயத்திற்கருகில் 'அஜந்தா' என்ற உணவு விடுதியை நடத்துகிறார் மூர்த்தி. அவரிடம் இட்லி, உப்புமா, சாம்பார் கூட கிடைக்கும். இந்திய சங்கீதத்தைக் கூட கேட்கலாம், டேப்பில் நல்ல கச்சேரிகளைப் பதிவு செய்து வைத்துக் கொண்டு சிறிது நேரம் இந்தியாவில் இருக்கிற பிரமையை ஊட்டுகிறார்கள் இரண்டு பேரும்.

நாயர் வேடிக்கையான மனிதர். உரக்கப் பேசுவார். இந்திய உணவு வகைகளைப் பரிமாறிப் பல ஜப்பானியர்களின் நாக்கை வளர்த்திருக்கிறார். சாப்பிடும்போது சிகரெட் பிடித்தால் அவருக்கு அசாத்தியக் கோபம் வந்துவிடும். அவர் ஜப்பானியரோ, யாராயிருந்தாலும் சாப்பிடும்போது சிகரெட் குடித்தால் உடனே ஓடிவந்து விடுவார் நாயர். "சாப்பிட்டுவிட்டு சிகரெட் பிடியுங்கள்" என்று கண்டிப்பாகச் சொல்லி விடுவார். அந்தக் கண்டிப்பைப் பார்த்தால் உணவு பரிமாறுவாரோ என்றுகூட சந்தேகம் வந்து விடும். "இது என்ன பிடிவாதம்?" என்று நான் இரண்டுதடவை கேட்டேன். "என்னமோ எனக்கு அது பிடிக்காது. ரோம் நகரில் ரோமானியர் மாதிரிதான் இருக்க வேண்டும். நாயர் ஹோட்டலுக்கு வந்தால், நாயர் சொல்றபடிதான் கேட்கணம்!" என்று ஒரு இடிச் சிரிப்போடு நிறுத்தினார்.

மிஸ்டர் நாயர் ஒரு ஜப்பானியப் பெண்ணை மணந்து, டோக்கியோவிலேயே குடித்தனம் நடத்துகிறார். அவருக்கு ஒரு பிள்ளை இருக்கிறான். அவன் மலையாளம் பேசுகிறானோ

என்னவோ தெரியாது. ஆனால் மாலையில் தந்தைக்கு உதவியாக வந்து தொழிலை கவனித்துக் கொள்வான். வசீகரமான முகம். பல்கலைக் கழகத்தில் விவசாயம் படிக்கிறானாம்.

சேர்ந்தாற்போல ஒரு வாரம் மாலை வேளைகளில் நாயரின் உணவு விடுதிக்குப் போனால் பல இந்தியர்களையும் பாகிஸ்தானிகளையும் சந்திக்கமுடியும். தொழில் நுணுக்கப் பயிற்சிக்காகவும், வர்த்தகத்தை முன்னிட்டும் பாகிஸ்தானிகள் பலர் ஜப்பானுக்கு வந்து போய்க்கொண்டிருக்கிறார்கள். ஒரு பாகிஸ்தானி எங்களோடு வெகு நேரம் பேசிக்கொண்டிருந்தார். கடைசியில் அவர் சொன்ன விஷயம் ஆச்சரியமாக இருந்தது. "நாம் ஏன் இரண்டு தேசங்களாகப் பிரிந்து போனோம்? நான் நாலைந்து வருடங்களுக்கு முன்னால் அமிர்தசரஸுக்குப் போயிருந்தேன். நான் இன்னார் மகன் என்று சொன்னதும், அங்கே இருந்த சீக்கியரும் மூன்று ஹிந்துக்களும், "அடே, நீ அவன் பிள்ளையா?" என்று என்னைக் கட்டிக்கொண்டு அழாத குறையாக உணர்ச்சி வசப்பட்டுப் போய்விட்டார்கள். என் தகப்பனாருக்கு மிகவும் நெருங்கிய நண்பர்கள் அவர்கள். ஒருநாள் முழுவதும் அவர்களோடு பேசிக்கொண்டு, இளமை நினைவுகளில் ஆழ்ந்து கிடந்தேன். வெகு நேரம் கழித்துத்தான் நான் வேறு தேசத்தவன் என்பதை உணர முடிந்தது" என்று சொல்லிச் சிந்தனையில் ஆழ்ந்து விட்டார் அவர்.

ஜப்பானில் பொழுதுபோக்க ஆயிரம் வழிகள் உண்டு. கபூகி, நோ நாடகம் பார்க்கவேண்டாம் என்றால் நடனக் காட்சி களுக்குப் போகலாம். அதுவும் வேண்டாம், தனியாக யாரோடும் பேசாமல் உட்கார்ந்திருக்க வேண்டும் என்று விரும்பினாலும், ஒரு கோடி பத்து லட்சம் மக்கள் வசிக்கும் டோக்கியோவில் – அத்தனை ஜன நெரிசலுக்கு இடையிலும் கூட – அதற்கு வசதி இருக்கிறது. காப்பி குடிக்கும் விடுதிகள் ஏராளமாக இருக்கின்றன. பத்துப் பன்னிரண்டே பேர் உட்கார இடமுள்ள விடுதி முதல் நூறு பேர் வரையில் உட்காரக்கூடிய விடுதிவரை நூற்றுக்கணக்கில் உண்டு. அங்கே போய் ஒரு நூறு நூற்றைம்பது யென்னுக்கு காப்பி வாங்கிக் குடித்துவிட்டு, மணிக்கணக்கில் உட்கார்ந்து கொண்டிருக்கலாம்; யாரும் எழுந்துபோகச் சொல்லமாட்டார்கள். தனியாக நீங்கள் பாட்டுக்கு உட்கார்ந்து யோசித்துக் கொண்டிருக்கலாம். வேடிக்கை பார்த்துக் கொண்டிருக்கலாம். அல்லது சுவரோரமாக வைத்திருக்கிற டெலிவிஷன் பெட்டியைப் பார்த்துக்கொண்டே உட்கார்ந்திருக்கலாம். சில காப்பி விடுதி களில் உங்கள் முன் நின்று பாடி மகிழ்விக்கிறவர்கள் இருக்கிறார்கள். பல தேசத்துப் பாட்டுகள் அவர்களுக்குத் தெரியும் – இந்திய இசையை மட்டும் நான் கேட்கவில்லை.

தி. ஜானகிராமன்

டோக்கியோவுக்குப் போய்ச் சேர்ந்த இரண்டாவது வாரத்தில் டெலிவிஷன் பெட்டிமுன் உட்கார்ந்திருந்தபோது ஒரு குஸ்திக்காட்சி மணிக்கணக்கில் நடந்து கொண்டிருந்தது. வருஷா வருஷம் நவம்பர் மாதத்தில் பெரிய திருவிழாவாக நடக்குமாம் அது. நான் குஸ்தி பார்த்ததுண்டு. கால் மணி நேரம், அரை மணி நேரம் ஒருவரை ஒருவர் பற்றி அணைத்துக் கீழே தள்ளப் பார்க்கும் காட்சியைப் பார்த்ததுண்டு. ரோஷமான குத்துச்சண்டை, காட்டா குஸ்தி என்று விளம்பரம் செய்த குத்துச் சண்டைகளையும் பார்த்ததுண்டு. ஆனால் இந்த குஸ்தியோ, மிகமிக அபூர்வமாக இருந்தது. ஏனெனில், குஸ்தி நடக்கிற நேரம் ஐந்து விநாடி, பத்து விநாடி; அதிகமாகப் போனால் இருபது விநாடிதான். ஆனால் அதற்கு நடக்கும் ஆயத்தமோ ஐந்து நிமிஷம் பிடித்தது. குஸ்தி போட்டவர்களும் பெரிய மாமிசபர்வதங்கள். அடி, குத்து, கடி, ரத்தம் ஒன்றுமே கிடையாது. பளபளக்கும் இரண்டு மனித மலைகள் திடீரென்று மோதிக்கொள்கின்றன. ஒன்று விழுந்து விடுகிறது; எல்லாம் பத்து விநாடிக்குள். அவ்வளவுதான் குஸ்தி முடிந்துவிட்டது இந்த மாதிரி பல ஜோடிகள் வந்து வந்து போகிறார்கள்.

ஸூமோ என்ற இந்த குஸ்தி, ஜப்பானைத் தவிர வேறு எங்கும் காணக் கிடைக்காதது. இந்த குஸ்தி வீரர்கள் ஒவ்வொருவருள்ளும் இரண்டு மூன்று மனிதர்களைப் போட்டு அடைத்துவிடலாம்; அத்தனை பெரிய உடல். முந்நூறு ராத்தல், நானூறு ராத்தல் – இந்த மாதிரி உடல் எடை சர்வ சகஜம். இதற்காகவே தீனி போட்டு உடம்பை வளர்த்திருக்கிறார்கள். ஒரு வீரருக்குப் பக்கத்தில் நாம் நின்றால் குன்றும் கூழாங்கல்லும் நிற்பது போல இருக்கும்.

ஆனால் சாதாரணமாக குஸ்தி வீரர்களிடமும், பயில்வான் களிடமும் புஜத்திலும் மார்பிலும், தோளிலும், வயிற்றிலும், துடையிலும் கண்டுகண்டாகத் திரண்டு காணும் தசைக் கட்டுகளை இவர்களுடைய உடலில் காணமுடியாது. ஸூமோ மல்லர்களின் பர்வத உடல் பளபளவென்று, வழவழவென்று பூசினாற் போலிருக்கிறது. ஆனால் ஊளைச் சதையில்லை. அத்தனையும் வைரம். இவர்களைப் பார்த்தால் கஷ்கு முஷ்காக இருக்கும் குழந்தையொன்று அப்படியே பெரிதாக வளர்ந்துவிட்டாற்போல் தோன்றும். இவர்கள் தலையில் குடுமி வைத்துக்கொண்டிருக்கிறார்கள். கருகரு என்று நீளமாக வளர்ந்த தலைமயிரை முன்னால் கொண்டுவந்து தலையுச்சியில் அழகாக முடிந்துகொண்டிருக்கிறார்கள். அரையில் நெருக்கமாக ஒரு ஜட்டி. உடம்பில் வேறு ஒன்றும் கிடையாது. ஒரு ரோமம்கூட இன்றி உடம்பு சலவைக் கல்லைப்போல தோற்றமளிக்கிறது.

குஸ்தி அரங்கத்திற்குப் போவதற்கு முன் இரு வீரர்களும் உப்பால் உள்ளங் கைகளைத் தேய்த்துக்கொள்கிறார்கள். இதற்காகவே ஒரு ஓரத்தில் உப்பு கொட்டி வைத்திருக்கிறது. பிறகு இருவரும் ஒருவரை ஒருவர் நோக்கி வந்து அரங்கத்தின் மையத்தில் நின்று ஒரே சீராக பஸ்கி போடுகிறார்கள். பஸ்கி என்றால் வேகமாக இல்லை. இவர்கள் அந்த உடம்பைப் போட்டுக்கொண்டு உட்காருவதே சிரமம். மெதுவாக உட்காருகிறார்கள்; மீண்டும் எழுந்து நிற்கிறார்கள். இப்படி இரண்டு மூன்று பஸ்கி எடுத்துவிட்டு திரும்பிப் போய்விடுகிறார்கள். சற்றுக்கழித்து உப்பை எடுத்துக் கையில் தேய்த்து வீசிவிட்டு மீண்டும் வந்து ஒருவரை ஒருவர் பார்த்துக்கொண்டு இரண்டு மூன்று பஸ்கி, மீண்டும் திரும்பி வருதல் – இப்படி பல தடவை நடக்கிறது. இந்த சம்பிரமம் முடியவே ஐந்து நிமிஷம் ஆகிவிடுகிறது. ஆறாவது தடவையோ ஏழாவது தடவையோ வந்து, ஒரு பஸ்கி போட்டு நிற்கிறவர்கள், திடீரென்று ஒருவர் மேல் ஒருவர் பாய்ந்து அணைத்துக் கொள்கிறார்கள். ஐந்து விநாடி. பத்து விநாடிக்குள் ஒரு ஆள் இன்னொருவரை மெதுவாக நகர்த்திக்கொண்டே போய் அரங்கிற்கு வெளியே தள்ளி வீழ்த்திவிடுகிறார்.

உடனே ஒரு கவரில் யாரோ பணத்தைப் பரிசாக வைத்து வென்றவருக்குத் தருகிறார்கள். அதைத் தன் சீடப் பிள்ளையிடம் கொடுத்துவிட்டு தன் இடத்தில் போய் உட்கார்ந்து விடுகிறார் அவர். பிறகு வேறு ஜோடி வந்துவிடுகிறது – இந்த மாதிரி நாள் முழுவதும் நடந்துகொண்டிருக்கிறது. ஒவ்வொரு வருஷமும் பெரும்பாலான போட்டிகளில் வென்று வாகை சூடிய வீரருக்குக் கிடைக்கிற பாராட்டும் மரியாதையும் அளவு கடந்து செல்கின்றன.

எனக்கு இன்னும் அந்த உடலின் வழவழப்பும் மினுமினுப்பும், ஊளைச் சதைபோல் காட்டி அளவற்ற வலிவையும் வைரத்தையும் மறைத்துப் போர்த்திய உருவ அமைப்பும் நினைவில் இருக்கின்றன. நம் நாட்டிலும் பழைய சிற்பங்களில் இதைக் கையாண்டிருக்கிறார்கள். ராமனோ, ராவணனோ, பூதமோ – யாரைச் சிலையாக வடித்தாலும் பயில்வான்களைப் போலக் கண்டு கண்டாகத் தசைத் திரள்களைக் கல்லிலோ, உலோகத்திலோ வடிப்பதில்லை. உடல் வழவழவென்று, பூசினாற் போலிருக்கும். அதே சமயம் உறுதியும் பராக்கிரமும் ஒளிர்ந்து கொண்டேயிருக்கும்.

பெரிய பெரிய முன்னேற்றங்களைக் கண்டு மேநாட்டு மோஸ்தரில் நடைபோடும் ஜப்பானில் இந்த வீரர்கள் குடுமி வைத்துக்கொண்டிருப்பது இன்னும் ஆச்சரியம். அது பழைய மரபு. அதை அவர்கள் விடவில்லை. தலையில் ஒரு டோப்பா, வைத்துக்கொண்டு மரபை அந்த சமயத்தில் படைத்துக்கொள்ள

முடியும். ஜப்பானியர் இந்தத் தந்திரங்களில் கை தேர்ந்தவர்கள். ஆனால் செய்யவில்லை.

இந்த ஸூமோ யுத்தங்கள் ஒரு விதானத்திற்கடியில், கண்ணைப் பறிக்கும் ஒளியில் நடக்கின்றன. இந்தக் காட்சிகளை அங்கிருந்தே டெலிவிஷன் செய்து அஞ்சல் செய்து கொண்டிருக்கிறார்கள். வீட்டிலும் ஹோட்டல்களிலும் அமர்ந்து அலுக்காமல் சலிக்காமல் பார்த்துக்கொண்டே இருக்கிறவர்கள் லட்சக்கணக்கான பேர். நானும் ஒரு வாரம் விடாமல் பார்த்துக்கொண்டிருந்தேன். ஜூடோ போன்ற வேறு குஸ்தி மரபுகளும் உண்டாம். எங்களுக்குப் பார்க்கச் சந்தர்ப்பமில்லை.

ஸூமோ, கபூகி, நோ நாடகம், ஷிண்டோ ஆலயங்கள் என்று மரபைப் பேணி வருகிற டோக்கியோவிலேயே ஆசார சீலர்கள் பார்த்துக் கண்ணைப் பொத்திக்கொள்கிற பொழுதுபோக்குகளும் பஞ்சமில்லாமல் மண்டிக்கிடக்கின்றன. இது பெரிய புதிராக இருக்கிறது. இரவு நடன அரங்குகள் நிறைய இருக்கின்றன. முக்காலே மூன்றுவீசை அளவுக்கு நிர்வாணமாகப் பெண்கள் செய்யும் நடனங்கள் அவை. அங்கே போனால் உங்களோடு பேசுவதற்குத் தயாராகப் பல பெண்கள் இருக்கிறார்கள். ஆயிரம் யென் கொடுத்தால் அவர்கள் உங்களோடு உட்கார்ந்து பேசத் தயார். நீங்கள் சாப்பிடுவதை அவளுக்கும் நீங்கள் வாங்கிக் கொடுக்கவேண்டும். நூறு நூற்றைம்பது ரூபாய்களை பில் போட்டே நம்மிடமிருந்து கழற்றிவிடும் ஸ்தாபனங்கள் அவை.

அவற்றைத் தவிர பெரிய நாடக அரங்கில் நடனங்கள் நடக்கின்றன. ஆடைகளை ஒவ்வொன்றாகக் களைந்துவிடும் நடனங்கள் இவை. டோக்கியோவில் முழு நிர்வாணத்தைத் தடை செய்திருக்கிறார்கள். ஆனால் பக்கத்தில் உள்ள யோக்கஹாமா துறைமுக நகரிலும், கோபே, கியோத்தோ நகரங்களிலும் முழு நிர்வாண நடனங்கள் சர்வ சகஜம். அங்கேயும் வெளிநாட்டார் பத்துப் பதினைந்து பேரைத்தான் பார்த்தேன். மற்றபடி நான் பார்த்த அத்தனை பேரும் ஜப்பானியர்தான். நாலு ரூபாயைக் கொடுத்துவிட்டு அதை ஏழுமணியிலிருந்து பன்னிரண்டு மணி வரையில் பார்த்துக்கொண்டே உட்கார்ந்திருக்கிறவர்களும் இருக்கிறார்கள். ஆனால் அந்தக் காட்சிகளைப் பார்க்கும்போது கூட சத்தம், கூச்சல், ஊதல் ஒன்றுமில்லாமல் மௌனமாகப் பார்த்துக்கொண்டிருக்கிறார்கள்.

இவையெல்லாம் அமெரிக்கா, இன்னும் மற்ற மேல் நாடுகளுடன் தொடர்பின் விளைவு என்று சொல்கிறார்கள். அது ஒரு அளவுக்கு உண்மைதான். ஆனால் ஜப்பானியரும் மனிதர்கள் தான் என்பதை நாம் ஏன் மறக்கவேண்டும்? எல்லாவற்றையும்

மேநாட்டாரின் தலையிலேயே போடுவானேன்? நிசிகேகி, கொகுஸாய் ஆகிய தியேட்டர்களில் பொறுக்கியெடுத்த முந்நூறு பெண்களை வைத்து பிரமிக்க அடிக்கும் ஜோடனைகளுடன் கூட்ட நடனக் காட்சிகளை காட்டுகிறார்கள். இவையெல்லாம் பாரிஸ் போன்ற மேநாட்டுத் தொடர்பின் பயன்தான். ஜப்பானுக்கு வரும் அயல்நாட்டாருக்குக் கொடுக்கிற சரக்குதான். ஜப்பானியருக்கு எதையும் காப்பி அடிக்க முடியும். அதோடு நில்லாமல் மூலத்தைவிட இன்னும் கவர்ச்சிகரமாக, தரமாக, கலையழகையும் சேர்த்துக் காட்ட முடியும் என்பதற்கு கொகுசாய், நிசிகேகி முதலிய கூட்ட நடன அரங்குகள் சான்றுகள்.

ஜப்பானிய சினிமாப் படங்களிலும் இரண்டு பார்த்தோம். கேளிக்கைக்குப் பிரசித்தமான அஸகுஸா என்ற பகுதியில் உள்ள கொகுஸாய் நடனத் தியேட்டரில், ஒரு சினிமாப் படத்துக்கும் நடனத்துக்கும் சேர்த்தே டிக்கட் தருகிறார்கள். திரைப்படம் முடிந்ததும், சிறிய இடைவேளைக்குப் பிறகு நடனக்காட்சி தொடங்குகிறது. அங்கே பார்த்த ஜப்பானியப் படம் அசல் ஜப்பானியப் படம். பொதுவாக படத்திலும் அமெரிக்க நாட்டு மேற்கு மரபின் காப்பிகளை அங்கும் காண முடிகிறது.

இன்னொரு படத்தை ஒரு அசல் சினிமாக் கொட்டகை யிலேயே பார்த்தோம். அந்த ஊரிலும் நம் ஊரில் காண்கிற 'கணவன் தலையில் கூடையைக் கவிழ்க்கிற' ஹாஸ்யம் எல்லாம் உண்டு என்பது தெரிந்தது. ஆனால் சினிமாக் கொட்டகையில் நுழைவதற்கு முன் நாங்கள் பெற்ற ஒரு சின்ன அனுபவம் இன்னும் மறக்கவில்லை.

டெலி கம்யூனிகேஷன் ஆராய்ச்சிக்காக வங்காளத்தி லிருந்து வந்திருந்த டாக்டர் ஸாஹாவுடனும் கங்காதரனுடனும் ஷிஞ்சுகூவில் தெருத்தெருவாக நடந்து கொண்டிருந்தோம். அங்கே ஏகப்பட்ட சினிமாத் தியேட்டர்கள். அசல் ஜப்பானியப் படம்தான் பார்க்க வேண்டும் என்று அலைந்தோம். மாலை வேளை. தெருவில் ஜன நடமாட்டமோ தாளவில்லை. அந்தக் கூட்டத்தில் யாரோ ஒரு பையனைத் தொட்டு, எங்கள் விருப்பத்தைத் தெரிவித்தோம். ஒரு மணி நேரத்திற்கு மேல் அவன் எங்களை தியேட்டர் தியேட்டராக அழைத்துச் சென்று, அசல் ஜப்பானியப் படம் ஒன்றும் இல்லையே என்று கழித்துக் கட்டிக்கொண்டே வந்தான். கடைசியில் ஒரு தியேட்டருக்கு வந்து "இந்தப் படம் முக்கால்வாசியாவது ஜப்பானியப் படம் என்று சொல்லலாம். நவீன ஜப்பானியக் கதை என்பதால் சொல்லுகிறேன். இதற்குப் போங்கள்" என்று பணத்தை வாங்கி டிக்கட் வாங்கிக் கொடுத்த பின் விடைபெற்றுக் கொண்டான்.

“மூன்று டிக்கட் தானே இருக்கிறது? நீங்களும் வாருங்கள்” என்று வற்புறுத்தினோம்.

“மன்னிக்க வேண்டும், என் தாயார் காத்துக் கொண்டிருப்பாள். ஆறுமணிக்கே நான் போயிருக்க வேண்டும். இன்னொரு சமயம் ஆகட்டும்” என்று புறப்பட்டுவிட்டான். மணி ஏழேகால். எங்களோடு ஒருமணி நேரத்துக்கு மேல் அலையாக அலைந்து விட்டு, தாயாரை நினைத்துக்கொண்டு போகிறவனைப் பார்த்து எங்களுக்குச் சற்று வெட்கமாகத்தான் இருந்தது – இது வெளிநாட்டாருக்கு மட்டும் காட்டும் மரியாதை இல்லை. ஜப்பானில் ஜப்பானியருக்கே இம்மாதிரி உதவி கிடைப்பது சர்வ சகஜம்.

முன்னணியிலுள்ள நாலைந்து புது மோஸ்தர் நாடுகளில் ஜப்பான் ஒன்று. இதைக் கண்டுபிடிக்க ஜப்பானின் மாபெரும் தொழிற்சாலைகளையோ, 150 மைல் வேகம் கொண்ட ரயில் வண்டிகளையோ, அடுக்குச் சாலைகளையோ விஞ்ஞான ஆராய்ச்சிக் கூடங்களையோ, பலசரக்கு மாளிகைகளையோ பார்க்க வேண்டியதில்லை. ஒரு நடுத்தரக் குடும்பம் வசிக்கும் வீட்டைப் பார்த்தாலே போதும். அங்கே முதலில் கண்ணில் படுவது குளிர்ப் பெட்டியோ, மின்சாரச் சமையலறை விசை களோ, சலவை இயந்திரமோ, மின்க்ஷவரக் கருவியோ அல்ல, வீட்டிற்குள் போவதற்கு முன்னாலேயே டெலிவிஷன் ஏரியல் தெரியும். உள்ளே போனதும் உங்களை வரவேற்றுப் பேசுகிற அறையில் டெலிவிஷன் பெட்டி இருக்கும். அங்கு குழந்தை களோ, அல்லது அவர்களது அப்பாவோ, அம்மாவோ உட்கார்ந்து அதைப் பார்த்துக் கொண்டுதான் இருப்பார்கள்.

அமெரிக்கரைப் போல வெளியே போய் ‘பார்ட்டி’ என்றோ வேறு முறைகளிலோ ஒரே கலகலப்புடன் இரைச்சலுடன் கூடிப் பழகும் வழக்கம் அவ்வளவாக ஜப்பானில் கிடையாது என்றுதான் சொல்ல வேண்டும். எனவே டெலிவிஷன் பெட்டிதான் ஜப்பானியருக்குப் புகல். அங்கே வீட்டுக்கு வீடு டெலிவிஷன் இருக்கிறது என்று சொன்னால் பெரிய தவறாகிவிடாது. 11 கோடி மக்கள் வாழும் ஜப்பானில் 1 1/2 கோடி டெலிவிஷன் செட்டுகள் உபயோகத்தில் இருக்கின்றன என்று சொல்லுகிறார்கள்; இது அதிகாரப் பூர்வமான கணக்கு. பதிவு செய்யப்படாதவற்றைக் கணக்கில் சேர்த்தால் இன்னொரு முப்பது லட்சம் செட்டுகள் அதிகப் படியாக இருக்குமாம். கிராமங்களிலும் வீட்டுக்கு வீடு டெலிவிஷன் வந்து விட்டது. 5 வீடுகளை எடுத்துக் கொண்டால் 4 வீடுகளில் நிச்சயமாக டெலிவிஷன் இருக்கும். டோக்கியோ

போன்ற நகரங்களில் பத்து வீடுகளுக்கு ஒன்பது வீடுகளில் இருக்கும்.

இத்தனைக்கும் ஜப்பானில் டெலிவிஷன் தொடங்கியதே பதின்மூன்று ஆண்டுகளுக்கு முன்புதான். 1953-ஆம் ஆண்டு பிப்ரவரி முதல் தேதியன்றுதான் அங்கு அது தொடங்கிற்று. 13 ஆண்டுகளுக்குள் வீட்டுக்கு வீடு வந்துவிட்டதென்றால் அந்த நாட்டின் அசாத்தியமான பொருளாதார வளத்தைத்தான் காரணமாகச் சொல்லவேண்டும். மின்சாரத் தொழிலும் மின்னணுப் பொருட்களைத் தயார் செய்யும் தொழிலும் அங்கு பிரமிக்கத்தக்க உயரத்தை எட்டியிருக்கின்றன.

தானே முக க்ஷவரம் செய்துகொள்ள ஆரம்பித்தவர்களைத்தான் டெலிவிஷன் கலையை ஏற்றுக்கொண்ட ஒரு நாட்டுக்கு உவமையாகச் சொல்ல வேண்டும். முகக்ஷவரம் செய்து கொள்கிறவர்கள் பலபேர் வெள்ளோட்ட க்ஷவரத்திலேயே முகத்தைக் காப்பாற்றிக் கொண்டு விடுகிறார்கள். ரத்தக்களறியாகச் செய்துகொள்கிறவர்களும் இருக்கிறார்கள். முப்பது வருஷம் செய்துகொண்டாலும் ரத்தம் கசியாமல் செய்துகொள்ள மாட்டேன் என்று அவதிப்படுகிற ஆத்மாக்களும் இருக்கிறார்கள். டெலிவிஷனைக் கையாள்வதும் அப்படித்தான் – நல்லதும் உண்டு; கெட்டதும் உண்டு. முகத்தை அழகும் செய்து கொள்ளலாம்; கருணைக்கிழங்கு போலச் சீவியும் கொள்ளலாம் – அது அந்தந்த நாட்டின் பொறுப்பையும் வசதியையும் திறமையையும் பொறுத்திருக்கிறது.

டெலிவிஷன் வந்து குடிமுழுகிப் போய்விட்டது என்று அமெரிக்காவில் எத்தனையோ பேர் மனம் உடைந்து போயிருக்கிறார்கள். அதை 'முட்டாள் பெட்டி', 'இடியட்பாக்ஸ்' என்ற சொல்கிறவர்கள் எத்தனையோ பேர் இருக்கிறார்கள். அடியும் குத்தும், கொலையும் வரும் நாடகங்களைக் காட்டி வளரும் பிஞ்சுமனங்களைக் கெடுத்துப் பாழ்பண்ணிவிட்டார்கள் என்று சொல்கிறார்கள். உண்மைதான். ஆனால் இதை எல்லாம் செய்தவர்கள் பெரியவர்கள். எனவே ஜாக்கிரதையாக, பொறுப்போடுதான் இந்தப் பிரச்னையை அணுகியாக வேண்டும் – டெலிவிஷனில் மட்டுமில்லை; புஸ்தகம், சினிமா, இவற்றைக்கூட இப்படித் தாறுமாறாகப் பயன்படுத்திக்கொள்ள முடியும்.

ஜப்பானைப் பற்றிய வரையில், அந்நாட்டினருக்கு இயல்பாக உள்ள தன்னடக்கம், கட்டுப்பாடு – இரண்டும் அவர்களைச் சரியான பாதையிலேயே திருப்பியிருக்கின்றன என்றுதான் சொல்ல வேண்டும். கல்வி நிகழ்ச்சிகளுக்கு அவர்கள் ரேடியோவிலும் டெலிவிஷனிலும் அளித்திருக்கிற முக்கியத்துவதைப்

தி. ஜானகிராமன்

பார்த்தால் இது நன்கு புலனாகும். ஜப்பானில் ஒலிபரப்புக்கலை யின் வளர்ச்சி எந்த முன்னேற்ற நாடும் பார்த்துப் பொறாமைப் படக்கூடியதுதான்.

ரேடியோ, டெலிவிஷன் ஆகிய இரண்டிலுமே ஆசியாவில் மற்ற நாடுகளுக்கு முன்னோடியாக இருந்தது. ஜப்பானில் 1925லேயே ஒலிபரப்பு தொடங்கிவிட்டார்கள். 38 ஆண்டுகள் கழித்து ஒளிபரப்பு தொடங்கினார்கள்.

ஜப்பானில் இரண்டுவித ரேடியோ, டெலிவிஷன் முறைகள் போட்டிபோட்டுக்கொண்டு இயங்கிவருகின்றன. ஒன்று, பொது. இன்னொன்று, வர்த்தகமுறை. நிப்பன் ஹோஸோ கியோகாய் (என்.எச்.கே.) என்ற ஜப்பானிய ஒலிபரப்பு கார்ப்பொரேஷன்தான் பொது ஸ்தாபனம். ஜப்பான் முழுவதிலும் வியாபித்து நிற்கும் இந்த ஸ்தாபனம்தான் அந்த நாட்டின் அத்தனைகோடி ரேடியோ, டெலிவிஷன் செட்டுகளுக்கான லைஸென்ஸ் கட்டணத்தை வசூல் செய்துகொள்கிறது. சர்க்கார் நடத்துகிற ஸ்தாபனம் அல்ல இது. இதற்கு மட்டும் ஜப்பான் அனைத்திலும் 284 டெலிவிஷன் நிலையங்களும் 290 ரேடியோ நிலையங்களும் இருக்கின்றன.

1951-லிருந்து தனியார் துறையினர் ஒலிபரப்பில் ஈடு பட்டார்கள். இரண்டு ஆண்டுகள் கழித்து டெலிவிஷனும் தொடங்கிவிட்டார்கள். இன்று 48 தனியார்துறைக் கம்பெனிகள் ரேடியோ, டெலிவிஷன் ஆகிய இரண்டிலும் ஈடுபட்டுள்ளன. இந்தக் கம்பெனிகளும் முதலில் சொன்ன பொதுக் கார்ப்பொரேஷனும் நடத்துகிற ரேடியோ, டெலிவிஷன் நிலையங்களைக் கணக்கிட்டால் நமக்கு பிரமிப்பாக இருக்கும். நம் நாட்டைக் காட்டிலும் பல மடங்கு சிறியதான ஜப்பானில் உள்ள டெலிவிஷன் நிலையங்களின் மொத்த எண்ணிக்கை 840. ரேடியோ நிலையங்களோ 435. இதுவே போதும்; ஒலிபரப்புக்கலை முன்னேறியிருக்கிறது என்று வேறு சொல்லி முத்தாய்ப்பு வைக்க வேண்டியதில்லை.

வர்த்தக ஸ்தாபனங்களுக்குள் ஒன்றோடொன்று கடும் போட்டி. இந்த ஸ்தாபனங்களுக்கும் பொதுக் கார்ப்பொரேஷ னுக்கும் போட்டி. இந்தப் போட்டி தீவிரமாக இருப்பதால், நிகழ்ச்சிகளின் தரம் மிகமிக உயர்ந்துதான் இருக்க வேண்டும். இருக்கிறது. வர்த்தக ரேடியோ டெலிவிஷன் ஸ்தாபனங்கள் பொருள்களை விளம்பரம் செய்வதற்காக வரும் பணத்தை வைத்துக்கொண்டுதான் பிழைக்க வேண்டும். லைஸென்ஸ் கட்டணங்கள் பொதுக் கார்ப்பொரேஷனுக்குப் போய்விடு கின்றன. எனவே, விளம்பரக் கட்டணத்தை நம்பியிருக்கும் ரேடியோ-டெலிவிஷன் நிலையங்கள் கத்திமேல் நடந்துதானாக வேண்டும். நிகழ்ச்சிகள் ரஞ்சகமாகவும் இருக்கவேண்டும். ஆபாச

விரசக்கூத்துகளாகவும் சரிந்துவிடக் கூடாது. கலையழகும் இருக்க வேண்டும் – கத்திமேல் நடக்கிற வித்தைதான். ஜப்பானிய மக்களுக்கு மரபின்மீதுள்ள பற்று, தன்னடக்கம், இயல்பாக உள்ள அழகுணர்ச்சி – இவை எல்லாம் சேர்ந்து நிகழ்ச்சிகளின் தரத்தைக் குறைக்காமல் ஜனரஞ்சகமாகச் செய்ய உதவுகின்றன என்றுதான் சொல்லவேண்டும். பல வர்த்தக ரேடியோ – டெலிவிஷன் ஸ்தாபனங்கள் கல்வி ஒலிபரப்புகள் நடத்துகின்றன என்பதே தரத்தில் அவர்கள் எவ்வளவு கவனம் செலுத்துகிறார்கள் என்பதற்கு ஒரு சான்று.

பொதுக் கார்ப்பொரேஷன் நடத்தும் ரேடியோ – டெலிவிஷன் நிலையங்களில் வர்த்தக ஒலிபரப்பு கிடையாது. சங்கீதத்துக்கும், பொழுதுபோக்கு நிகழ்ச்சிகளுக்கும் எத்தனை நேரம் செலவழிக்கிறார்களோ, ஏறக்குறைய அதே அளவு நேரம் கல்வி, கலாசார நிகழ்ச்சிகளுக்கும் ஒதுக்கியிருக்கிறார்கள். இந்தப் பொதுக் கார்ப்பொரேஷன் பொது நிகழ்ச்சிகள், கல்வி நிகழ்ச்சிகள் என்று இருவகை நிகழ்ச்சிகளை தனித் தனியாக நடத்துகிறது. கல்வி டெலிவிஷனில் பெரும்பாலான நேரம் பள்ளிக்கூடங்களில் படிக்கும் குழந்தைகள், முதியோர், பள்ளிக்கூடப் படிப்பை நிறுத்திவிட்டு வேலைக்குப் போயும் மேலே தனியாகப் படித்துப் பரீட்சைகள் எழுதிப் பட்டம் வாங்க நினைக்கும் இளைஞர்கள், தொழில் நுணுக்கங்கள் கற்க விரும்புகிறவர்கள் – இப்படிப் பலதரப் பட்டவர்களுக்கான ஏராளமான நிகழ்ச்சிகளை நடத்த ஒதுக்கப்பட்டு வருகிறது. வாரம் 84 மணி நேரத்திற்கு இந்நிகழ்ச்சிகள் நடக்கின்றன. இதைத் தவிர பொது நிகழ்ச்சிகள், கல்வி நிகழ்ச்கிகள் உண்டு. ஆனால் பொதுமக்களுக்காக ஏற்பட்டவை இவை.

பள்ளிக்கூடங்களுக்குச் சென்று பார்க்கும் வாய்ப்பும் எங்களுக்குக் கிட்டிற்று. டெலிவிஷன் சாதனங்கள் இல்லாத ஆரம்பப் பள்ளிகள் மிகமிகச் சில என்றுதான் சொல்ல வேண்டும். போதுமான அளவுக்கு ஆசிரியர்கள் இல்லாத நாடுகளில் டெலிவிஷன் முறையைக் கையாள்கிறார்கள். ஜப்பானிலோ ஆசிரியர்களுக்குப் பஞ்சமில்லை. ஆனாலும் புதிய அனுபவங் களைக் குழந்தைகளுக்கு அளிக்கவும், உட்புறத்திலும் கிராமங் களிலும் உள்ள பள்ளிக்கூடங்களுக்கு உதவிசெய்யவும் டெலிவிஷன் கல்வி முறையைப் பெரிய அளவுக்கு மேற்கொண் டிருக்கிறார்கள். முக்கியமாக, ஆரம்பப் பள்ளிகள் இவற்றைப் பெருவாரியாகப் பயன்படுகின்றன.

நடுத்தரப் பள்ளி வரையில் ஜப்பானில் கட்டாயக் கல்வி முறை நிலவி வருகிறது. அதற்குமேல் படிக்காமல் வேலைக்குச்

சென்றுவிடுகிற இளைஞர்கள் பலர். அவர்கள் மேலும் தனியாகப் படித்து உயர்தரப் பள்ளியின் கடைசிப் பரீட்சை எழுதித் தகுதிபெற முடியும். இதற்கு தபால் கல்வித் திட்டம் மாதிரி ஜப்பானின் பொது ஒலிபரப்புக் கார்ப்பொரேஷன் பெரிய அளவில் பல பாடங்களில் நிகழ்ச்சிகளை ஒலிபரப்பி வருகிறது. சட்டப்படி, தனியாகப் படிக்கிறவர்கள் வருஷத்தில் சில நாட்கள் பள்ளிக்கூடத்தில் படிக்கவேண்டும். இதற்காக கார்ப்பொரேஷனே டோக்கியோவில் ககுவென் உயர்தரப்பள்ளி என்ற பள்ளியை நடத்தி வருகிறது. சாப்பாடு, படிப்பு வசதிகள் எல்லாம் அங்கே செய்து கொடுக்கிறார்கள். சட்டத்தில் குறிப்பிட்ட சில நாட்கள் அங்கே வந்து தங்கிப் படித்துவிட்டுப் போகிறார்கள்.

டோக்கியோவைத் தவிர மற்ற ஊர்களில் வாழும் இளைஞர்கள் என்ன செய்யமுடியும்? அதற்காக நாட்டில் பல இடங்களில் உள்ள 75 உயர்தரப்பள்ளிகளுடன் ஒப்பந்தம் செய்துகொண்டு, ரேடியோ டெலிவிஷன் மாணவர்கள் சிலநாள் வந்து தங்க வசதி அளிக்கும்படி ஒலிபரப்புக் கார்ப்பொரேஷன் ஏற்பாடு செய்திருக்கிறது. இந்தத் ‘தபால்’ நிகழ்ச்சிகள் தற்போது வாரத்திற்கு ஏழு மணி நேரம் ரேடியோவிலும், 4 1/2 மணி நேரம் டெலிவிஷனிலும் நடந்து வருகின்றன. இதை கடந்த நான்கு ஆண்டுகளாக விரிவுபடுத்தி வருகிறார்கள். இப்பொழுது டெலிவிஷன் பாடங்களை மட்டிலும் வாரம் 16 1/2 மணி அளவுக்குப் பெருக்கியுள்ளனர். அதேபோல ரேடியோவிலும் செய்யப் போகிறார்கள். இந்த நிகழ்ச்சிகளைப் பார்த்துக் கேட்கும் மாணவர்களுக்கு பாடப் புத்தகங்களையும் மிகக் கவர்ச்சிகர மான முறையில் அச்சிட்டு அளிக்கிறார்கள்.

படிக்கிறவர்களின் நாடு என்று ஜப்பானைச் சொல்வதுண்டு. இந்தத் ‘தபால்’, டெலிவிஷன், ரேடியோக்கல்வி பெருகிவருகிற வேகத்தைப் பார்த்தாலே அது எவ்வளவு உண்மை என்பது புலனாகும்.

ரேடியோவிலும் டெலிவிஷனிலும் நிகழ்ச்சிகளில் என்னென்ன புதுமைகள், உத்திகள் எல்லாம் சாத்தியமோ அத்தனையிலும் ஜப்பான் ஒரு கை பார்த்து வருகிறது. ரேடியோ, டெலிவிஷனுக்கான எலக்ட்ரானிக் கருவிகளின் உற்பத்தியில் அது அமெரிக்காவையும் மிஞ்சிவிட்டது. இந்த வசதிகள், புதுமை எல்லாம் நிகழ்ச்சிகளில் புதிய சோதனைகளையும் உத்திகளையும் மேற்கொள்ள அவர்களுக்குப் பக்க பலமாக இருக்கின்றன. இத்தனைக்கும் மேலாக பல – வர்ண டெலிவிஷனையும் 1960–ல் ஆரம்பித்துவிட்டார்கள். இதில் மகத்தான வெற்றியும் கண்டிருக்கிறார்கள்.

டெலிவிஷன் நிலையங்களைப் பிரம்மாண்ட அளவில் ஜப்பான் கட்டியிருக்கிறது. போட்டி மனப்பான்மை இருப்பதால் இதிலும் தரம் கூடியிருக்கிறது. டோக்கியோ ப்ராட் காஸ்டிங் ஸிஸ்டம் என்ற வர்த்தக ஒலிபரப்பு ஸ்தாபனம் நிகழ்ச்சித் தரத்திலும் கவர்ச்சியிலும் ஈடிணையற்று விளங்குகிறது. வருஷா வருஷம் நடத்தும் ரேடியோ, டெலிவிஷன் நாடக நிகழ்ச்சிப் போட்டிகளில் இந்த வர்த்தக ஸ்தாபனம் பல முதல் பரிசுகளை, பொதுக் கார்ப்பொரேஷன் நிலையங்களைப் போலவே, அடித்துக்கொண்டு போய்விடுகிறது.

டீ.பீ.எஸ். என்று அழைக்கப்படும் இதன் டெலிவிஷன் நிலையங்களை ஒரு நாள் பார்க்கப் போயிருந்தோம். ஜப்பானுக்கு இயல்பான அழகுணர்ச்சியுடன், அன்று வரை கட்டிட ஒலிக்கட்டு இயலில் வந்த அத்தனை முன்னேற்றங்களையும் பயன்படுத்தி டெலிவிஷன் ஸ்டூடியோக்களை அமைத்திருக்கிறார்கள். அழகிய ராஜசபை போன்று காணப்படும் ஒரு டெலிவிஷன் ஹாலில், மின்விசையால் இயங்கும் பல நீலத் திரைகளை எங்கோ உயரத்தில் இடுக்கி வைத்திருக்கிறார்கள். ஒலிக்கட்டில் எதிர் முழக்கம் எந்தெந்த அளவுக்குத் தேவையோ, அந்த அளவுக்கு அந்தத் திரைகளில் ஒன்றையோ, மூன்றையோ தொங்கவிட்டுப் பயன்படுத்திக் கொள்கிறார்கள். ஒரு பித்தானை அழுத்தினால் ஒரு திரை தொங்கும். எதிர் முழக்கம் ஒரு நுண்ணிய அளவுக்குக் குறையும். இப்படி வேண்டும் என்ற அளவுக்குச் செய்து கொள்ளப் பயன்படுகிறது இந்த ஏற்பாடு.

நாங்கள் போனவுடன் கைதட்டச் சொன்னார் கூட வந்த நிபுணர். தட்டியபோது ஒரு நுண்ணிய அளவுக்கு எதிர் முழக்கம் ஒலித்தது. ஒவ்வொன்றாகத் திரைகளைத் தொங்க விட்டு, முற்றிலும் அதைக் குறைத்துக்கொண்டே வந்து முடிவில் நீங்கிவிட்டபோது, விஞ்ஞானத்திற்கும் கலையின் வெளிப்பாட்டிற்கும் எவ்வளவு இசைவை ஏற்படுத்த முடியும் என்பதைப் புரிந்துகொள்ள முடிந்தது. செயலில் சிரத்தையும் திறனும் ஆசையும் இருந்தால் இது சாத்தியம். ஜப்பானியருக்கு இத்தனையும் தண்ணீர் பட்டபாடு. ரத்தத்தில் ஊறினாற்போல இவற்றைப் பழக்கிக் கொண்டிருக்கிறார்கள்.

9

ஒலிபரப்புக் கலையில் ஜப்பானியர் எவ்வளவு தூரம் முன்னேறியிருக்கிறார்கள் என்பதை ஓரிரண்டு அத்தியாயங்களில் சுருக்கிச் சொல்லுவது கடினம். மின்னணு இயலில் உலக முன்னணியில் நிற்கும் நாடு அது. டோஷிபா, மிட்ஸுபிஷி, ஸோனி, மட்ஸுஷீடா, ஸான்யோ போன்ற பிரம்மாண்டமான தொழில் ஸ்தாபனங்கள் அத்தனையும் மின்சார இயலிலும், மின்னணு இயலிலும் – முக்கியமாக வயர்லெஸ் போக்குவரத்து, ஒலிப்பதிவு, டெலிவிஷன், டெலிவிஷன் பதிவு – ஆகிய துறைகளில் – மிகமிக நுண்ணிய ஆராய்ச்சிகளை ஓயாமல் செய்து வருகின்றன.

மரபைப் போற்றும் நாடாக இருந்தாலும் விஞ்ஞானத் துறைகளில் புழங்காத பாதையிலெல்லாம் வெகு தைரியமாக அடியெடுத்து வைத்து, சோதனைகளையும் புதுமைகளையும் உருவாக்கும் வேட்கை மிகுந்திருக்கிறது. தொழில் ஸ்தாபனங்கள், பொது ஒலிபரப்புக் கார்ப்பொரேஷனாக விளங்கும் என்எச்கே, தனியார் துறை வர்த்தக ஒலிபரப்பு நிறுவனங்கள் – எல்லாமே தீவிர ஆராய்ச்சியில் ஈடுபட்டிருக்கின்றன. அதனால்தான் நெருப்புப் பெட்டியை விடச் சிறிய ட்ரான்ஸிஸ்டர், ரேடியோ, மோதிர ரேடியோ, நம்முடைய தபால் கார்டில் பாதியளவுத் திரையில் டெலிவிஷன் காட்சிகளை 'வாங்கும்' கையடக்கமான பாட்டரி டெலிவிஷன் கருவி போன்ற விந்தைகளைச் சாதித்து வழி காட்டின. அமெரிக்காவையே மலைக்க வைத்திருக்கிறது ஜப்பான்.

ஆராய்ச்சிகள் எத்தனையோ! அவற்றையெல்லாம் சொல்ல இது இடமில்லை. ஒரே ஒரு உதாரணம் மட்டும் சொல்கிறேன். டெலிவிஷன் பார்ப்பவர்கள் 17 அங்குலம் அல்லது இன்னும் பெரிய டெலிவிஷன் பெட்டியில் காட்சிகளைப் பார்க்கும் போது எந்த இடத்தை அதிகமாக உன்னிப்பாகக்

கவனிக்கிறார்கள் – ஓரங்களையா, நடு பாகத்தையா ? – இவ்வாறு அவர்கள் பார்க்கும்போதே கண்விழும் இடங்களைப் படம் பிடிக்க ஒரு காமிராக் கருவியை என். எச்சே உருவாக்கியிருக்கிறது. நிகழ்ச்சிகளை டெலிவிஷன் திரையில் எந்தப் பகுதியில் அதிகமாகச் சுமத்தி அளித்தால் பலனும் சுவையும் பெருகும் என்று நிர்ணயித்துக்கொள்ள அதற்கு இக்கருவி மிகவும் உதவுகிறது.

ஒலிம்பிக் விளையாட்டுகளை ஜப்பான் டெலிவிஷன் செய்த விதம் அத்துறையில் நுட்பமான ஆற்றலையும் முன்னேற்ற வேட்கையையும் நன்கு பிரபலப்படுத்திற்று. போட்டியில் ஓடுபவர்களுக்கு மேல் சிறிது உயரத்தில் ஹெலிகாப்டர்களை இயக்கி, அவர்களைத் தொடர்ந்து காமிராவை முடுக்கி, அதைப் பல கட்டடங்களில் அஞ்சல் செய்து, வீட்டிலிருந்தே அத்தனையை யும் காண ஏற்பாடு செய்யப்பட்டிருந்தது !

ஜப்பானில் டெலிவிஷன், ரேடியோ, இரண்டுமே செய்திப் பத்திரிகைகளுக்குப் பக்கபலமாக நின்று, ஒன்றுக்கொன்று கைகொடுத்து இயங்கி வருகின்றன. செய்திப் பத்திரிகைகளே எத்தனையோ டெலிவிஷன் நிலையங்களையும் நடத்துகின்றன. உண்மையில், தனியார் ஒலிபரப்பையும் டெலிவிஷனையும் முதலில் தொடங்கி வைத்தவையே முன்னணியில் நிற்கும் ஜப்பானியச் செய்திப் பத்திரிகை ஸ்தாபனங்கள்தான். ஜப்பானுக்குப் போகிறவர்கள் என்எச்கே, டோக்கியோ பிராட்காஸ்டிங் ஸிஸ்டம், ஓஸகாவுக்குப் புறத்தே உள்ள மைனிச்சி டெலிவிஷன் நிலையம் – இவற்றைப் பார்க்கத் தவறக்கூடாது.

இந்த ஆராய்ச்சிகள், ஒலி பரப்பு, வர்த்தகம் – எல்லாவற்றையும் விளம்பரம் செய்ய ஜப்பானியர் உபயோகிக்கும் காகிதத்தைச் சொல்லுங்கள் ! காகிதங்களில், எத்தனை நயங்கள், நேர்த்திகள் சாத்தியமோ அத்தனையும் சாதித்திருக்கிறார்கள் அங்கே. மரபாக உள்ள கலை உணர்வும் சேர்ந்து கொண்டதால் விளம்பரத்தை ஒரு அரும் கலையாகவே வளர்த்துவிட்டார்கள். மீனோ, இறைச்சியோ, ஸாகே என்னும் அரிசி ஒயினோ, ட்ரான்ஸிஸ்டரோ, தேசியப் பூங்காவோ, பிரம்மாண்ட உற்பத்தி இயந்திரங்களோ, பட்டோ, குடிசைப் பொருளோ – எதுவாக இருந்தாலும் சின்ன சாமான் – பெரிய சாமான் என்று பார்க்காமல், காகிதத்தில் தரித்திரப்படாமல் அழகு செய்து நம் உள்ளத்தைக் கொள்ளை கொண்டு விடுகிறார்கள். அதோடு உபசாரக் கலையையும் இனிமையையும் இன்சொல்லையும் வசப்படுத்தியிருப்பதால், வெளிநாட்டவருக்கு ஜப்பானில் இருக்கும் ஒவ்வொரு நாளும் ஒரு அழியாத நினைவாகி விடுகிறது.

❍

10

நாங்கள் தங்கியிருந்த கினுதமாச்சி என்ற இடம் டோக்கியோவின் புறநகர்ப் பகுதி. கிராமம் போலவும் நகரம் போலவும் இருக்கும். ஐந்து மணிக்கு வேலை முடிந்ததும் விடுதியில் இருக்கத் தோன்றாது. பஸ்ஸில் ஏறி, இருபது முப்பது நிமிஷத்தில் ஷீபூயாவுக்குச் சென்று அங்கிருந்து சுரங்க ரயிலில் ஏறி அகஸகா, கின்ஸா, இச்சிகாயா, கோமாகோமே என்று ஏதாவது ஓரிடத்திற்குப் போய் இந்திய நண்பர்கள் ஓரிருவருடன் பேசுவோம். இல்லாவிட்டால், அவர்களோடு கிளம்பி, அதுவரை நாங்கள் பார்க்காத ஏதாவது ஒரு இடத்தைப் போய்ப் பார்ப்போம். எப்படியும், இரவு பத்து மணிக்குத்தான் திரும்பமுடியும்.

பஸ்ஸில் போகும்போதெல்லாம் நம் ஊர் ஞாபகம் அடிக்கடி வருவதுண்டு. முக்கியமாக, மயிலாப்பூரில் உள்ள இரண்டு கடைகள், சென்னை பஸ் கண்டக்டர்கள் – இந்த இரண்டு ஞாபகங்களும் அதிகமாக வந்தன. மயிலாப்பூரில் ஒரு பெரிய கடை. கல்லாவில் உட்கார்ந்திருக்கிற முதலாளி பழங்கால ‘ஆண்டை’யைப் போலவே இருப்பார். எது கேட்டாலும், அவரிடமிருந்து கிடைக்கிற பதில், பண்ணை அடிமையை நோக்கி அந்த ஆண்டை சீறுவதுபோல்தான் இருக்கும். முகத்தில் எப்போது பார்த்தாலும் ஒரு மூலக் கடுப்பு. ஓயாத கவலை. சாமான் வாங்கிக்கொண்டு நாம் பணம் கொடுப்பதே அவரைத் தொந்தரவு செய்வது போலிருக்கும், அவர் முகத்தைப் பார்த்தால். அவர் எப்போதும் கணக்கு எழுதிக்கொண்டே இருப்பார். புருவத்தைச் சுளித்துக்கொண்டே பணத்தை வாங்கிப்போட்டு, மீதிச் சில்லரையைக் கொடுப்பார். ஒரு சாமான் அவர் கடையில் இல்லை என்று வைத்துக்கொள்ளுங்கள். பக்கத்தில் வேறு எங்கே கிடைக்கலாம் என்று நாம்

கேட்டால் "விசாரிச்சுப் பாருங்க" என்பார். அடுத்த கேள்வி கேட்டாலோ, ஒன்று, பதில் சொல்லமாட்டார்; இல்லாவிட்டால் "அதான் சொன்னேனே சார்?" என்பார். "எனக்கு வேற வேலை கிடையாதுன்னு நினைச்சீங்களா?" என்று ஒரொரு நாள் வள்ளென்று குரைப்பார். இத்தனை பெரிய கடையைப் பரப்பிக் கொண்டு, என்னைப்போல் வாடிக்கைகளை நம்பிப் பிழைக்கிற இந்தத் தடியன் ஏன் இப்படி வாடிக்கைக்காரர் களைக் கண்டால் பங்காளி மாதிரி சீறுகிறான்? தர்மச் சாப்பாடு போடுகிறவர்கள் கூடக் கங்காளிகளைக் கண்டு இவ்வளவு சீற மாட்டார்களே! என்று மனசு வேதனைப்படும்.

மயிலாப்பூரில் இரண்டு கடைகள் என்றா சொன்னேன்? பத்துப் பதினைந்து கடைகள் இப்படிக் கடுவன் பூனைகளைக் கல்லாவில் வைத்துக்கொண்டு உறுமுகின்றன. தலையெழுத்து! வேறு என்ன செய்ய? அவசியமான சாமான்களை இங்குதானே வாங்கித் தொலைக்க வேண்டியிருக்கிறது.

நம் ஊர் பஸ் கண்டக்டர்களின் இன்சொல்லும் மரியாதையும் உலகப்பிரசித்தமானவை! ஒரு நாள் கூவம் ஆற்றங்கரையருகே பதினாறாம் நம்பர் பஸ்ஸில் ஏறினேன். நாலைந்துபேர் என்னோடு ஏறினார்கள். ஒரு இளைஞர் ஊருக்குப் புதிதோ, பேட்டைக்குப் புதிதோ, பஸ்ஸின் நம்பர் விவரம்தான் தெரியவில்லையோ, சென்ட்ரலுக்கு டிக்கெட் கேட்டார். அதற்குள் ஒரு நிறுத்தம் கடந்துவிட்டது. அவரிடம் பத்து பைசா வாங்கிக்கொண்டு அடுத்த நிறுத்தத்தில் அவரை இறக்கிவிட்டு அவர் காது படவே, "சூட்டு பூட்டெல்லாம் போட்டிருக்கான் ...மவன் வண்டியைப் பார்த்துக்கூட ஏறத் தெரியலெ" என்று கத்தினான் கண்டக்டர். இறங்கியவர் காதில் அது விழுந்தது. ஆனால் அவர் திரும்பிப் பார்ப்பதற்குள் பஸ் நகர்ந்து விரைந்து விட்டது.

பஸ் கண்டக்டர் போன்ற தொழில் செய்வர்களுக்கு அலுப்பும் எரிச்சலும் ஏற்படுவது இயற்கைதான். ஆனாலும் போலீஸ் வேலைக்கு நோஞ்சான்களைப் பொறுக்குவதில்லையே! அதேபோல, பொறுமையும் இனிமையும் இல்லாதவர்களை கண்டக்டர் வேலைக்குப் பொறுக்கி என்ன பயன்? தப்பித் தவறிப் பொறுக்கிவிட்டாலும், அவர்களுக்கு அந்தக் குணங்கள் படியாவிட்டால், தகுந்த உத்யோகமாய் ஏதாவது பார்த்துக் கொண்டுபோகச் சொல்லி அனுப்ப வேண்டியதுதான் கடமை. பொறுமை, இனிமை எல்லாம் பயிற்சியினாலும் வரும். அதற்குப் பயிற்சி வகுப்புகளும் ரிப்ரெஷர் கோர்ஸுகளும் அடிக்கடி வைத்துத்தானாக வேண்டும். நம்மை விட்டால் விதி ஏது என்று இருப்பது கண்யமில்லை. அது குட்டி குரைத்து நாய் தலையில் வைக்கிற கதையாகத்தான் முடிகிறது.

ஜப்பான் பஸ்களிலும் கடைகளிலும் இந்த நினைவுகள் எனக்கு வரத்தான் செய்தன. அங்கே பெரும்பாலும் பெண் கண்டக்டர்கள் தான். நீல நிறத்தில் முழுக்கால் சட்டையும் முழுக்கைச் சட்டையும் சாய்வுக் குல்லாயும் அணிந்து ராணுவ நறுக்குடன் தோற்றமளிக்கிறார்கள். அதைப் பார்த்தவுடனே எனக்குத் தோன்றிற்று. "இந்த அசட்டுக் காக்கி சுமந்து மறைப் பதற்காகவே ஒரு வர்ணத்தைப் படைத்திருக்கிறானே கடவுள்! ராணுவக்காரர்கள் போட்டுக் கொண்டு போகட்டும்: பஸ் கண்டக்டர்களுக்கு அது எதற்காக? அவர்கள் ஏன் பார்க்க நறுவிசாக, கண்ணியமாக இருக்கக்கூடாது?"

ஜப்பான் பஸ் கண்டக்டர் ஒவ்வொரு டிக்கெட்டுக்கும் ஒரு அரிகாதோ கொஸாய்மாஸ் (நன்றி, ப்ளீஸ்) சொல்லாமல் விடுவதில்லை. ஒவ்வொரு நிறுத்தத்தையும் ஒரு பர்லாங்குக்கு முன்னாலேயே ஒரு கொஸாய்மாஸ் (ப்ளீஸ் என்றுதான் இதற்கு அர்த்தம் என்று நினைக்கிறேன்) போட்டுத் தெரிவித்துக்கொண்டே இருக்கிறார்கள். கினுதமாச்சி கொஸாய்மாஸ், ஸெங்கஞ்ஜாயா கொஸாய்மாஸ், ஸெத்தகாய கொஸாய்மாஸ் என்று ஓயாமல் இனிய குரல் காதில் விழுந்துகொண்டே இருக்கிறது. இறங்கும் போது டிக்கெட்டையும் வாங்கிக்கொண்டு, அதற்கும் ஒரு அரிகாதோ கொஸாய்மாஸ் சொல்லத் தவறுவதில்லை. ஒவ்வொரு கண்டக்டரும் தினமும் ஒரு ஐயாயிரம் – ஆறாயிரம் கொஸாய்மாஸ் சொல்லுவார் என்று தோன்றுகிறது. நம் பஸ்களில் விட அங்கு நெரிசல் அதிகம். ஆனால் அலுப்போ மூலக்கடுப்போ, காணப்பட வில்லை. 'என்ன வந்தாலும் எங்கள் குரலினிமையையும் கொஸாய்மாஸையும் புன்சிரிப்பையும் பிடுங்கிக் கொண்டுவிட முடியாது' என்று வேலை செய்கிறார்கள்.

சின்னக்கடை ஆகட்டும், பெரியகடை ஆகட்டும், நீங்கள் எந்தச் சாமானையும் தொட்டுப் பார்க்கலாம். கொஞ்சம் சமர்த்தாக இருந்தால், தொடாமல் கண்ணால் மட்டும் பார்த்துக் கொண்டே நிற்கலாம். யாரும் வெளியே போகச் சொல்ல மாட்டார்கள். பல கடைகளில் உள்ளே – புழக் கடையில்தான் – முதலாளி இருப்பார். நீங்கள் மணிக்கணக்கில் நின்று பார்க்கலாம். குரல் கொடுத்தால் அவர் வந்து விலை சொல்லவோ, விற்கவோ செய்வார். கூப்பிடாமல் நீங்கள் ஏதாவது எடுத்துக்கொண்டு போனாலும் போனதுதான். மனிதர்களில் யாரும் அப்படிச் செய்யமாட்டார்கள் என்று நம்பிக்கொண்டுதான் முதலாளி அப்படி எங்கேயோ உட்கார்ந்திருக்கிறார் போலிருக்கிறது. அது மட்டுமா? நீங்கள் அரையணாவுக்கு சாமான் வாங்கினால் போதும், குறைந்தது இரண்டு 'அரிகாதோ கொஸாய்மாஸ், – ஆவது நிச்சயமாகக் கிடைக்கும். உங்களை வாசல் வரையில் கொண்டுவந்து விட்டும் போவார், முதலாளியோ ஒரு ஆளோ.

அரையணாவுக்குச் சாமான் வாங்கினாலும் அழகான காகிதத்திலோ, துணியிலோ, பைன் மரப்பெட்டியிலோ கலையுணர்வோடு கட்டி ஒட்டித்தான் ஜப்பானில் கொடுப்பார்கள். அழகாகக் கட்டிக்கொடுக்கும் பழக்கத்தைக் கலையுணர்வு கொண்ட ஒரு தொழில் மரியாதையாக அங்கு வளர்த்திருக்கிறார்கள். நான் வாங்கின சில சாமான்களின் 'பாக்கிங்' காகிதங்களைக் கையோடு எடுத்துக்கொண்டு வந்திருக்கிறேன். 'கூட்டுறவுத் தத்துவத்துக்கே உலகத்திற்கு ஒரு உதாரணமாக இருக்கிறோம்' என்று சொல்லிக்கொள்கிற சென்னைப் பெரும் கடைகளில் "பேப்பர் கொண்டாந்திருக்கிறாயா?" என்று அதட்டல் போட்டு, தராசோடு சர்க்கரையையும், காப்பிக் கொட்டையையும் நம் சட்டை மீதும் கீழேயும் காகிதத்திலும் கொட்டி இறைக்கும் கெடுபிடி எனக்கு ஞாபகம் வராமல் என்ன செய்யும்? வாடிக்கைக்காரனைப் பேச்சாலும் செயலாலும் திருப்திப் படுத்துகிற சந்தோஷம் எவ்வளவு பெரியது! அதை அனுபவிக்க ஏன் நம்முடைய புண்யபூமியில் பிறந்தவர்கள் மறுக்கிறார்கள்? திருக்குறளும் சுக்ர நீதியும், நூற்றுக்கணக்கில் ஸ்மிருதிகளும் படைத்திருக்கிற நம் நாட்டில் காசு கொடுத்து வாங்குகிறவனை ஏன் இப்படி அவமரியாதை செய்கிறார்கள்?

சாமான்களைக் கட்டிக்கொடுப்பது முதல் எதையும் அழகாகச் செய்து, உபசாரமும் இனிமையுமாக ஒவ்வொருவரையும் உச்சி குளிர வைத்துவிடுவதால்தான் ஜப்பானுக்குச் சென்றவர்கள் யாரும் அந்த நாட்டிலிருந்து விடைபெறும் போது வேதனைப்படுகிறார்கள். ஒவ்வொரு நாளையும் தனி அனுபவமாக நெஞ்சின் நகைப் பெட்டியில் மெத்தென்று வைத்து வாழ்க்கை முழுவதும் எடுத்து எடுத்துப் பூரித்து அசைபோடுகிறார்கள். ப்ரெடெரிக் மார்ச்சுக்கும் இன்னும் பல அந்நியர்களுக்கும் நம் நாட்டில் கிடைத்த கசப்பான அனுபவங்கள் அங்கே மருந்துக்குக்கூடக் கிடைக்காது. வசதியான நாடு, முன்னேறிய நாடு – எதையும் செய்ய முடியும் என்று வாதம் செய்யலாம். ஆனால் நூறு வருடம் முன்னால், மெய்ஜி ஆட்சி ஓங்குவதற்கு முன்னால், ஜப்பான் ஏழை நாடாகத்தான் இருந்தது. அங்கும் பசி, பட்டினி, நோய், நொடி எல்லாம் இல்லாமலில்லை. அப்படி இருந்தும், இந்தியாவுக்கும் பின்பு ஜப்பானுக்கும் பல நூற்றாண்டுகளுக்கு முன் வந்துபோன ஸேவியர் பாதிரி, ஜப்பானை மட்டும் ஏன் நெஞ்சு கொள்ளாத இனிமையுடன் வர்ணிக்க வேண்டும்?

காரணம், அந்த மக்களின் இனிமையும், நறுவிசும் உபசார ஆற்றலுமாகத்தான் இருக்கவேண்டும். இந்த உபசார ஆற்றல் ஜப்பானில் ஏற்கனவே உள்ள அசாதாரண அழகு படைத்த

இயற்கைக் காட்சிகளையும், பார்க்கவேண்டிய இடங்களையும் மறவா நினைவுகளாகச் செய்துவிடுகின்றன. ஜப்பானின் இந்த இயற்கை வனப்புக்கு ஒரு தனித் தன்மை உண்டு. மற்ற இயற்கைக் காட்சிகளைப் பார்ப்பது போலிராது. செர்ரி, பைன், மூங்கில் மரங்கள் நிறைந்த அதன் தோற்றத்துக்கு ஏதோ ஒரு தனித்தன்மை இருக்கத்தான் செய்கிறது. இந்த உணர்ச்சிக்கு என்ன காரணம் என்று இப்பொழுது என்னால் சொல்ல முடியவில்லை.

நம் நாட்டைப்போல இமயமும் கங்கையும் கோதாவரியும் அங்கு இல்லை. ஆனால் இருக்கிற சில மலைகளையும் குன்று களையும் பார்த்துப் பார்த்து, போற்றிப் போற்றி அவற்றைப் பற்றிச் சொல்லிச் சொல்லி மகிழ்ந்து போகிறார்கள். ஹகோனே, நிக்கோ என்ற இடங்களைப்பற்றி அவர்கள் சொல்வதையும் எழுதி யிருப்பதையும் விவரிக்கத் தரமில்லை. அதையெல்லாம் படித்தும் கேட்டும்தான் இருக்கிற கொஞ்ச நேரத்தில் ஹகோனேயையாவது பார்த்துவிடலாம் என்று நானும் சாமிநாதனும் கிளம்பினோம்.

வாராந்தர விடுமுறைகளிலோ, அல்லது சற்றுப் பெரிய விடுமுறைகளிலோ இருக்கிற இடத்தைவிட்டு எங்காவது தனியாக, உல்லாசமாகக் கழிக்கலாம் என்று போகிறவர்கள் வெளிநாட்டார் மட்டும் அல்ல, ஜப்பானில் பிறந்து வளர்ந்தவர்களே நீக்கோ, அடாமி, ஹகோனே போன்ற இயற்கைக் காட்சிகளைத் திருப்பித் திருப்பி வந்து பார்த்துக்கொண்டே இருக்கிறார்கள். ‘டூரிஸம்’ என்றால் பொதுவாக நமக்கு வெளிநாட்டுப் பிரயாணிகளின் நினைவுதான் வரும். ஆனால் ஜப்பானில் ஜப்பானியரே டூரிஸ்ட்டுகளாகத் திகழ்கிறார்கள்.

பதினைந்து வருடங்களுக்கு முன்னால் நான் வேலை பார்த்த இடத்திலிருந்து பதினேழு மைலில் உள்ள என் கிராமத்திற்குப் போக நான்கு மணி நேரம் ஆகும். அத்தனை வசதி! இப்போது அதில் முக்கால் வாசி நேரம்தான் பிடிக்கிறது. ஆனால் அதே மூன்றேகால் மணி நேரத்தில் டோக்கியோவிலிருந்து சுமார் 300 மைல் தூரத்தில் உள்ள கியோத்தோ நகரத்திற்கு ரயில் வண்டியில் போய்ச் சேர்ந்து விட்டோம். ரயில் போக்குவரத்தை அப்படி விரைவு படுத்தியிருக்கிறார்கள் ஜப்பானில். உலகத்திலேயே மிக மிக விரைவான ரயில் வண்டிகள் அங்குதான் ஓடுகின்றன. பல பேர் டோக்கியோவிலிருந்து ஓஸகாவிற்கு காலை எட்டு மணிக்கு ரயில் வண்டியில் புறப்பட்டு வேலையை முடித்துக் கொண்டு மாலை ஆறு மணிக்குத் திரும்பி டோக்கியோவுக்கு வந்து விடுகிறார்கள். லிமிடெட் எக்ஸ்பிரஸ், ஸூப்பர் எக்ஸ்பிரஸ் என்று மிக வேகமான ரயில் வண்டிகளை, எல்லா வசதிகளும் கொண்ட ரயில்களை ஒரு நாளில் பலமுறை ஓட்டி இந்த அனுகூலங்களை சாத்தியமாக்கியிருக்கிறார்கள்.

டோக்கியோ நகரத்தின் பெரிய ரயில் ஸ்டேஷன்களில் ஒன்று, ஷிஞ்ஜுகு. அங்கிருந்து ஹகோனே தேசியப் பூங்காவிற்குச் செல்லும் லிமிடெட் எக்ஸ்பிரஸ் ரயில் வண்டிகள் கிளம்புகின்றன. தலைபோகிற வேகத்தில் பறக்கும் இந்த வண்டிகள் ஆடாமல் அசங்காமல் எண்பது நிமிஷத்தில் செல்லுகின்றன. இருக்கைகளை பெரிய பெரிய மெத்தைகளுடன் சாய, நிமிர, எதிரும் புதிருமாக மாற்றிக்கொள்ள வசதியாக வைத்திருக்கிறார்கள். வண்டியிலேயே முதல் தரக் காப்பி, சிற்றுண்டியெல்லாம் கிடைக்கும். நீங்கள் இருக்கிற இடத்திற்கே கொண்டுவந்து கொடுப்பார்கள். பெட்டிகள் பாதை போட்டுப் பிணைந்தவை. ஒரு கோடிக்கும் இன்னொரு கோடிக்கும் போயும் பொழுது போக்கிக்கொண்டே இருக்கலாம். இந்த ரயில் வண்டிகள் குறிப்பிட்ட நேரத்திற்கு விநாடி தவறாமல் செல்கின்றன. அரை மணிக்கு ஒரு ரயில். உங்கள் கடிகாரத்தை இந்த வண்டிகள் போய்ச் சேரும் நேரத்தைப் பார்த்துத் திருப்பிச் சரியான நேரம் வைத்துக்கொள்ளலாம் என்று சவால் விடுக்கிற மாதிரி விளம்பரம் செய்திருக்கிறார்கள் – நூற்றுக்கு நூறு சத்தியமான சவால், பலிக்கிற சவால் அது.

எண்பதாவது நிமிஷத்தில் ஹகோனே யுமோதோ ஸ்டேஷனில் வந்து நின்றுவிட்டது நாங்கள் போன வண்டி. அங்கு இறங்கினவுடன் ஹகோனே தேசியப் பூங்காவின் பெருமைகளை யும் வசதிகளையும் அழகாக அச்சிட்டு புத்தகங்களை உங்களுக்கு ஒரு ஜன்னலில் கொடுக்கிறார்கள் – இனாமாக. உடனே ஒரு ஒற்றை வண்டி ‘மலை ரயில்’ உங்களுக்காகக் காத்திருக்கிறது. நீங்கள் ஏறிக்கொண்டதும் அது மலைப் பிராந்தியத்தில் ஏறி ஏறிச் செல்லும். நாங்கள் போன சமயம் இலையுதிர் காலம். செர்ரி போன்ற மரங்கள் எல்லாம் தகதகவென்று எரியும் பொன்போலச் சுற்றிலும் சிலிர்த்துக் கொண்டிருந்தன. இலைகள் அப்படித் தங்கமாக மாறி, தாமிரமும், ஆரஞ்சும் மஞ்சளும், சிவப்புமாகப் பல வர்ணத் தீயைப் போல மைல் கணக்கில் அடிவானம் வரையில் பரந்து ஜொலிக்கும் அந்த வனப்பை நான் கண்டதில்லை. உயரமும் அந்த வர்ண நெடும்பரப்பும் தனிமையும் மெல்லிய பட்சியோசையும் புறக்கண்ணை ஊடுருவி ஒரு அமானுஷ்யமான, அந்தராத்மாவில் ஆழ்ந்து தோயும் அனுபவமாக, மறதியாக, மேலும் ஆடி ஆடிச் சென்று கொண்டே இருந்தன. வாயைத் திறந்து பேசக் கூட முடியவில்லை. திறந்தால் அந்த அமைதி, ஆனந்தம், லயம் எல்லாம் கெட்டுவிடும் போலிருந்தது. மோனம் கிடப்பதைத் தவிர வேறு செய்வதற்கில்லை.

மலை ஏறிக்கொண்டே இருந்தது. இடை இடையே ஸ்டேஷன்கள் வந்தன. ஸ்டேஷன் என்றால் நாம் காணும் சாதாரண ரயில் நிலையம் இல்லை. காட்டின் நடுவே திடீரென்று

ஒரு பெரிய குடிசை முன் ரயில் நிற்கும். அந்தக் குடிசையைப் பார்த்தால் மலைச்சரிவில், ஏதோ ஏறுகிறபோது சற்று இளைப்பாற நின்றதுபோல், தொற்றி நிற்கும். அங்கும் ஓரிரண்டு ஜப்பானியர் குழந்தைகளோடு இறங்கி அந்த வர்ண ஜாலத்திடையே மறைந்துவிடுவார்கள். இந்தத் தனி இடங்களிலும் நாலு வீடு, ஐந்து வீடு கொண்ட கிராமங்கள் இருக்கின்றன போலும்.

கோரா என்ற ஸ்டேஷனில் மலை ரயில் நின்று விடுகிறது. இறங்கியதும், பெரிய கடைகளாக ஏழெட்டு இருக்கின்றன. ஜப்பானியக் கலைப் பொருட்களில் பல வகைகளை அங்கு வாங்கிவிட முடியும். மூங்கில், நாணல், ஸிடார், பைன், காகிதம் – இவற்றில் என்னென்ன அழகுப் பொருட்களைச் செய்ய முடியுமோ அத்தனையும் அங்கு செய்து விற்கிறார்கள். அங்கு பெரிய தாவரக் கண்காட்சி அமைத்திருக்கிறார்கள். ஆனால் நாங்கள் போனது நவம்பர் மாதம். ஏப்ரல் முதல் இரண்டு வாரங்களில் அங்கு செர்ரி மரங்கள் காடுகாடாகப் பூத்துக் குலுங்குமாம். அந்தக் காட்சியைக் காணவே டோக்கியோ, கியோத்தோ மக்கள் திரண்டு வருவது வழக்கம் என்று சொன்னார்கள். ஏப்ரல் இல்லாவிட்டால் ஆகஸ்டிலாவது வரவேண்டும் என்றார்கள். ஆகஸ்ட் 16–ஆம் தேதியன்று அங்கே பல வர்ண வாண வேடிக்கைக் காட்சி நடைபெறுமாம். ஒரு பெரிய அருவியையே வர்ணக் காட்சியால் செய்து காண்பிப்பார்களாம். 'உலகத்தில் நீங்கள் எங்குமே அந்த மாதிரி காண முடியாது' என்றாள், கடையில் வேலை செய்யும் பெண் ஒருத்தி. ஜப்பானியரின் செயலாற்றலைப் பார்த்தவர்கள் அதை மறுக்க மாட்டார்கள்.

கோராவிலிருந்து கேபிள் காரில் சென்று பின்னர் கயிற்று வான் வண்டியில் ஏறினோம். கயிறு இல்லை; கம்பி வடத்தில் தொங்கும் வண்டி இது. நாலுபேர் உட்காரலாம். ஆயிரக்கணக்கான அடி உயரத்தில் வானில், அந்தரத்தில் பல மைல் செல்லும் வண்டி இது. ஐம்பது அறுபது மைலுக்கு மேல் சுற்றிலும் தெரியும். நாங்கள் போன சமயத்தில் இலையுதிர் காலத்தின் தீக்குழம்பை கண்ணுக்கெட்டிய வரையில் காண முடிந்தது. சிந்தூரமும், மஞ்சளும் பழுப்பும் செம்மஞ்சளுமான, அனல் கொழுந்தாக, மலையிலும் பள்ளத்திலும் அருகிலும் தொலைவிலும் தெரிந்த அந்த வர்ண மாயம் நெஞ்சையும் கண்ணையும் உலுக்கி ஊமையாகச் செய்துவிட்டது. நினைவும் செயலும் ஓய்ந்த நிறைவும் ஒரு இனிய தத்தளிப்பும்தான் மனத்தில் ஓங்கி நின்றன. இந்தக் கயிற்று வண்டி ஒஹ்வாகு பள்ளத்தாக்கில் இருபெரும் குன்றுகளுக்கிடையே செல்லுகையில் கீழே கிடுகிடு பள்ளத்தில் கந்தக நீர் ஊற்றுகள் பல புகைவதைக் காணமுடியும். அருகில் உள்ள நிறுத்தத்தில் இறங்கி, குன்றின் சரிவில் இறங்கி,

கொதித்துக் கொப்பளித்து நீராவி கண்ணை மறைக்கும் கந்தக ஊற்றுகளிடையே ஒரு மணி நேரம் நின்றோம். கோட்டு, மேல் கோட்டு எல்லாம் அந்த நீராவி பட்டுப் பட்டுத் தொப்பலாக நனைந்துவிட்டன. அந்த விறைக்கிற குளிருக்கு அந்தச் சூடு இதமாக இருந்தது. திரும்பி ஸ்டேஷனுக்கு வந்த போதுதான் ஏன் நனைந்தோம் என்று ஆகிவிட்டது. குளிரோடு சட்டை ஈரமும் சேர்ந்துகொண்டு பல்லைக்கிட்டிற்று. கை மரத்துவிட்டது.

இந்த இடத்தில் வட்டமாக ஒரு நாலைந்து மாடிக்கட்டிடம் இருக்கிறது. அதில் ஒரு மாடி மட்டும் மெதுவாகச் சுற்றிக் கொண்டே இருக்கிறது. அதில் திசைக்கொன்றாக தொலைகாணி வைத்திருக்கிறார்கள். அந்த மாடி ஒரு தடவை சுற்றினால், பரந்து விரிந்து கிடக்கும் ஹகோனே பிராந்தியம் முழுவதை யும் பார்த்துவிடலாம். ப்யூஜி மலை, ஆஷி ஏரி, மலைகள், பள்ளத்தாக்குகள், காடுகள் அத்தனையையும் காணலாம்.

மாடியிலிருந்து இறங்கி கயிற்று வண்டியில் மீண்டும் ஏறி, டோகன்டாய் என்ற இடத்திற்கு வந்தோம். ஆஷி ஏரிக்கரையில் ஒரு சிற்றூர் அது. அங்கிருந்து சிங்காரப் படகு ஒன்று பிராயாணி களை ஏற்றிக்கொண்டு, ஏரியின் அழகைக் காண்பித்துக் கொண்டே செல்கிறது. ஆஷி ஏரி ஹகோனே எரிமலையின் வாயில் உண்டான ஏரியாம். ஹகோனேயின் எல்லையற்ற இயற்கை வனப்பிற்கு இந்த ஏரி சிகரம் வைத்திருக்கிறது என்றுதான் சொல்லவேண்டும்.

ஆனால் நாங்கள் சிங்காரப் படகில் ஏறியதுமே குளிர் தாங்க முடியவில்லை. படகு விரைய விரைய, ஏரியின் நீர்ப்பரப்பி லிருந்து வீசின காற்று கை காலை மரக்க அடித்தது. குளிர் தாங்க முடியவில்லை. 'எனக்குப் பாதகமில்லை' என்று தன்மீது போட்டிருந்த மாடு போன்ற மேல் கோட்டை என்னிடம் கொடுத்தார் சாமிநாதன். அப்போதும் தாங்கவில்லை. சூரியன் மறைந்துகொண்டிருந்தது. கிரணத்தில் வெப்பம் இல்லா விட்டாலும், அதைப் பார்ப்பதே வெப்பமாக இருப்பதுபோல ஒரு பிரமை அத்தனை நேரமும் இருந்தது. அந்தக் கிரணமும் மறைந்ததும் குளிர் தாங்க முடியவில்லை. பல்லைக் கிட்டிற்று. மோட்டோ ஹகோனே என்ற இடத்தில் இறக்கிவிட்டது படகு. அங்கிருந்து ஒரு பஸ் எங்களை ஏற்றிச் செல்லக் காத்திருந்தது. எங்களோடு வந்த ஒரு தாய்லாந்துக்காரர் நான் பட்ட அவதியைப் பார்த்து, 'இதைச் சாப்பிடுங்கள், சரியாகிவிடும்' என்று அங்கிருந்த ஒற்றைக்கடையிலிருந்து எதையோ கொண்டுவந்து கொடுத்தார். நாக்குக்கூட மரத்தாற் போலிருந்தது. வாங்கிக் கட கடவென்று குடித்துவிட்டேன். லேசாக ஒரு நெடியும் எரிப்பும்தான் தெரிந்தது. பஸ்ஸில் ஏறியதுதான் தெரியும். எங்கே

தி. ஜானகிராமன்

இருக்கிறோம் என்று தெரியவில்லை. வெகுநேரம் கழித்து யாரோ உலுக்குவது போலிருந்தது. "வாருங்கள் இறங்குவோம்" என்று சாமிநாதன் எழுப்பி அழைத்துப் போனார். நாங்கள் காலையில் வந்து இறங்கிய ஹகோனேயுமோதோ ஸ்டேஷன் போலிருந்தது, "இன்னும் குளிருகிறதா?" என்றார் சாமிநாதன்.

"அவ்வளவாக இல்லை" என்றேன்.

"குளிர் போச்சு! புத்தியும் போய்விட்டது" என்றார் அவர்.

"என்ன!" என்று எங்கேயோ பார்த்துக்கொண்டே நின்றேன்.

"தாய்லாந்து நண்பர் கொடுத்தது குளிர் மருந்தில்லை. ஜப்பான் தேசத்தின் முரட்டு மது" என்று சிரித்தார்.

"என்னது!"

"பரவாயில்லை. ஒருநாள் சாப்பிட்டுக் குடிகாரனாகி விடமாட்டீர்கள். கின்ஸாவுக்குப் போனதும் தயிர்சாதம் சாப்பிட்டால் சரியாகிவிடும்" என்றார் அவர்.

ரயிலில் ஏறி ஷிஞ்ஜுகு சென்று அங்கிருந்து மறுபடியும் சுரங்க ரயில் ஏறினோம். வயிறு கபகபவென்று எரிந்தது. இலையுதிர் காலத்தின் வர்ணங்களும் வன இதிஹாஸமும் கனவுகள்போல் நினைவின் திரையில் மங்கிப்போய் நிழலாடிக் கொண்டிருந்தன. நன்றாகத் தெரிந்தது, பசியும் வயிற்றில் எரிவும்தான். கின்சாவில் இறங்கி, தெருவில் ஏறி, நாயர் ஹோட்டலை அடைந்ததுமே "தயிர் இப்ப ஏது, ஒன்பதரை மணிக்கு? அதெல்லாம் எட்டரை ஒன்பதுக்கெல்லாம் தீர்ந்து போயிடுமே. சாதம் இருக்கு, குளம்பு இருக்கு" என்று எங்களைப் போலவே முகத்தை ஏக்கமாக வைத்துக் கொண்டு பதில் சொன்னார் அவர். சப்பாத்தி பாலுடன் சாப்பாட்டை முடித்துக்கொண்டு வெளியே வந்தோம்.

ஹக்கோனே இயற்கை தீட்டிய இதிஹாசம். அதை நினைத்தாலே பிரமிப்பு ஏற்படும். அமைதியும் குழந்தையா யிருப்பது போன்ற பேதமையும் வந்துவிடும். இப்போதும் வரத்தான் செய்கின்றன.

○

11

வன உயிர்களின் வாழ்க்கையை ஆராய்வதி லும் புகைப்படம் பிடிப்பதிலும் உலகப் புகழ்பெற்ற சென்னை நண்பர் எனக்கு ஒரு செய்தி சொன்னார். அவருடைய சிநேகிதர் ஒருவர் ஜப்பானுக்கு வன இயல் துறை ஆராய்ச்சிக்காகச் சென்று சில மாதங் கள் தங்கியிருந்தாராம். போகும் போது நண்பரின் வன உயிர்ப்படங்கள் சிலவற்றை எடுத்துச் சென்றா ராம். அளவிலும் திறனிலும் பெரியவை அவை. அவற்றைப் பார்த்த ஜப்பானியர் மலைத்துப்போய் விட்டார்கள்; வன உயிர்களை இப்படி எல்லாம் படம் பிடிக்க முடியுமா என்று பிரமித்து நின்றார்கள். அதிசயமான கோணங்களிலிருந்து, மிக ஆபத்தான நெருக்கத்தில் எடுக்கப்பட்டவை அவை. சில வன உயிர்களை அவ்வளவு அருகில் சென்று படம் பிடிக்க இயலாது. ஆள் அருகில் உள்ளதை நுகர்ந்து உணர்ந்தோ, வேறு எப்படியோ அறிந்து நகர்ந்து விடும் அந்த வன உயிர்கள். அசாதாரணமான பொறுமை, யுக்திகளைக் கையாண்டுதான் படம் பிடித்திருக்க முடியும் என்று வியந்தார்கள் அந்த ஜப்பானியர். வெகுநேரம் வியந்துவிட்டு, கடைசியில் "இதை எடுத்த அமெரிக்கரின் பெயர் என்ன?" என்று கேட்டார்களாம்.

"இது அமெரிக்கர் எடுத்ததில்லையே! இந்தியர் அல்லவா இத்தனையையும் எடுத்திருக்கிறார்?" என்றார் நண்பர்.

"ஓ!..." அவர்களுடைய முகத்தில் பொலிந்த உற்சாகம் அத்தனையும் மறைந்து விட்டதாம். அவர்களுக்கு இருந்த ஸ்வாரஸ்யம், ஊக்கம் எல்லாம் போய்விட்டனவாம்.

இதிலிருந்து நாம் பல ஊகங்கள் செய்துகொள்ள முடியும். அமெரிக்காவிடம் ஜப்பானுக்கு வளர்ந் திருக்கிற பயபக்தி, இந்தியா போன்ற கீழை

தி. ஜானகிராமன்

நாடுகளின் சாதனைகளைப் பற்றி அவர்களுக்கு ஏற்பட்டுள்ள அறிவு அல்லது மதிப்பு இவற்றை எல்லாம் ஊகித்துக்கொள்ள முடியும். இதைச் சொல்லும்போது இன்னொன்றும் நினைவுக்கு வருகிறது.

ஜப்பானியச் சக்கரவர்த்தியின் அரண்மனைக்கு முன் னுள்ள திறந்தவெளிப் பக்கம் போய்க்கொண்டிருந்தோம். அரண்மனைக்குள்ளே சென்று பார்ப்பதை வருடத்தில் குறிப்பிட்ட தினங்களில்தான் அனுமதிக்கிறார்கள். எனவே ஜப்பானின் மற்ற நகரங்களிலிருந்து டோக்கியோவைக் காண வருபவர்களும் வெளிநாட்டவர்களும் வெளிப்பக்கத்தை மட்டும் பார்த்துவிட்டுப் போகும்படி நேரும். ஆனால் தினந்தோறும் மைதானத்தில் கூட்டத்திற்கு மட்டும் குறைச்சல் இராது. உல்லாச யாத்திரையை ஒரு பெரிய தொழிலாக, வித்தையாக அங்கு வளர்த்திருப்பதால் ஆயிரக்கணக்கில் மக்கள் வந்து போய்க் கொண்டிருக்கிறார்கள். டோக்கியோவின் விசேஷங்களை வர்ணித்து விளக்கப் பல பெண்களைத் தயார் செய்திருக்கிறார்கள். குறித்த அளவுக்குப் புரியும்படியாக ஆங்கிலம் பேசக்கூடியவர்கள் அவர்கள். நாங்கள் மூன்று, நான்கு பேர் அங்கு உலவிக் கொண்டிருக்கையில் இப்படிப் பிரயாணிகள் கூட்டங்கள் பலவற்றைப் பார்க்க முடிந்தது. எங்கெங்கோ தொலைவிலிருந்தெல்லாம் வந்திருந்த ஜப்பானியர் அவர்கள். ஒவ்வொரு கூட்டத்திற்கு முன்பும் ஒரு சிறிய கொடியைப் பிடித்துக்கொண்டு ஒரு மேநாட்டு உடை அணிந்த பெண் (முக்கால்வாசிப் பேருக்கு அந்த உடைதான்) நின்று நின்று இடம் இடமாக விளக்கி வந்து கொண்டிருந்தாள்.

நாங்கள் வேடிக்கை பார்த்தவாறு நின்று கொண்டிருந்தோம். நாலைந்து மாணவர்கள் வந்து கொண்டிருந்தார்கள். மாணவர் களை அங்கு எளிதில் அடையாளம் கண்டுகொள்ள முடியும். நீலச் சராய், கழுத்தை மூடிய நீலக்கோட்டு, பித்தளைப் பித்தான் கள், தலையில் தட்டைக் குல்லாய் – இப்படி யாராவது இளைஞர் கள் வந்தால் அவர்கள் மாணவர்களாகத்தான் இருப்பார்கள். நண்பர் ஹிரோஷியும் எங்களோடு வந்திருந்ததால் அவர்களைக் கண்டு பேசலாமா என்று கேட்டேன்.

“பேசுவோமே” என்று கூறிவிட்டு அவர்களிடம் ஏதோ சொன்னார். அவர்களும் சிரம் தாழ்த்தி வணங்கி நின்றார்கள். ‘கொன்னி சிவா’ (நல்ல நாள்) என்று தெரிந்த ஒரு வார்த்தையைச் சொல்லி வணங்கிவிட்டுப் பேச ஆரம்பித்தோம். அவர்களுக்கு ஆங்கிலம் தெரியாது. ஹிரோஷியே விளக்க ஆரம்பித்தார்.

“நீங்கள் எங்கேயிருந்து வருகிறீர்கள் ?”

“ஒஸகாவிலிருந்து.”

“படிக்கிறீர்களா?”

“ஆமாம். யுனிவர்சிடியில் பி.ஏ. படிக்கிறேன். கடைசி வருஷம்.”

“எதற்காக வந்திருக்கிறீர்கள்?”

“வாரக் கடைசி. இரண்டு நாள் லீவு இருக்கிறது. டோக்கியோவில் நண்பர்களைப் பார்த்துவிட்டுப் போகலாம் என்று வந்தேன் … நீங்கள் எங்கே இருந்து வருகிறீர்கள்?”

“இந்தியாவிலிருந்து.”

“சந்தோஷம். எங்கள் நாடு உங்களுக்குப் பிடித்திருக்கும் என்று நம்புகிறேன்.”

“கொஞ்சமில்லை; நிறையப் பிடித்திருக்கிறது. படிக்காதவர்கள் இல்லாத நாடு. அழகு கொஞ்சும் நாடு. உழைப்பு மிகுந்த நாடு. எந்தக் கஷ்டத்தையும் இனிய முகத்தோடு சகித்துக்கொண்டு, உழைத்துத் தீர்த்துக்கொள்கிற நாடு. சிக்கனமும், வேலைத் திறமையும், அன்பும், உதவி செய்யும் ஆற்றலும், நேர்மையும் நிறைந்த நாடு. பிடிக்காமலிருக்குமா?”

“ரொம்ப நன்றி. நீங்கள் ரொம்பவும் புகழ்கிறீர்கள். ஆனால் இந்த நாடு இப்படி இருந்தால் போதாது. அமெரிக்கா மாதிரி ஆகவேண்டும். வாழ்க்கைத்தரம் உயர வேண்டும். எல்லாரும் சமிருத்தியாக வாழவேண்டும்.”

“வாழ்க்கைத்தரம் உங்கள் நாட்டில் உயர்ந்துதானே இருக்கிறது!”

“இது எப்படிப் போதும்? அமெரிக்கா மாதிரி ஆக வேண்டும்.”

“உழைப்பும் நேர்மையும் வேலைத் திறனும் இருக்கும்போது அது சீக்கிரம் சாத்தியமாகும் என்றே நம்புகிறேன்.”

“பார்க்கலாம்” என்றான் அந்தப் பையன்.

“உங்களுக்கு ஆங்கிலம் தெரியாதா?”

“தெரியாது. பிரஞ்சு படிக்கிறேன். கொஞ்சம் கொஞ்சம் ஜெர்மனும் தெரியும். பிரஞ்சுகூட சரியாகப் பேசவராது.”

“விசேஷப் பாடமாக எதை எடுத்துக்கொண்டு படிக்கிறீர்கள்?”

“இலக்கியம் – மேநாட்டு இலக்கியம். ஷேக்ஸ்பியரைப் பற்றிக்கூட வாசிக்கிறேன்.”

“இங்கிலீஸ் தெரியாது என்றீர்களே?”

“ஜப்பானிய மொழியில் படிக்கிறேன்.”

கூட இருந்த இன்னொரு மாணவனைக் கேட்டபோது அவன் சரித்திரமும் அரசியலும் படிப்பதாகச் சொன்னான். நாங்கள் ஜப்பானில் பார்த்தவற்றைப்பற்றி எல்லாம் விசாரித்தார்கள் அவர்கள். பதில் சொல்லிவிட்டுக் கடைசியில் கேட்டேன், "இந்தியாவைப் பற்றித் தெரியுமா?" என்று.

"தெரியும். புத்தகங்களில் படித்திருக்கிறேன்."

"பொதுவாக உங்கள் அபிப்ராயம் என்ன?"

"உலகத்தில் பல நாடுகளுக்குப் போகவேண்டும் என்று எனக்கு விருப்பம் உண்டு. புத்தர் பிறந்த நாடு இந்தியா. காந்தியையும் நேருவையும் பற்றிப் புத்தகங்களில் நிறையப் படித்திருக்கிறேன். இந்தியா மிகவும் பிற்போக்கான நிலையில் இருப்பதாக என் புரொபசர் சொன்னார். உடுக்க உடையின்றி மக்கள் சுற்றுகிறார்களாம். காலில் செருப்புக்கூடப் போட முடியாமல் அவ்வளவு ஏழையாக இருக்கிறார்களாம். எழுத்தறிவில்லாதவர்கள் நிறைய உண்டாம். பொதுவாக, பொருளாதார ரீதியில் மிகவும் பிற்பட்டு அவதியுறுவதாகச் சொன்னார்."

எனக்குத் தூக்கிவாரிப் போட்டது.

"யார் அந்த புரொபசர்?"

"எங்கள் அரசியல், பொருளாதார புரொபசர்."

"அவர் இந்தியாவுக்குப் போயிருக்கிறாரா? பார்த்திருக்கிறாரா?"

"அது எனக்குத் தெரியாது; சொன்னார். அதைத்தான் நான் சொல்கிறேன்."

"அவர் சொன்னது முற்றும் சரியில்லை. இந்தியாவில் ஏழைகள் இருக்கிறார்கள், வாஸ்தவம். ஆனால் நீங்கள் நினைப்பது போல யாரும் அம்மணமாக அலையவில்லை. சேரிகள், குப்பைத் தொட்டிகள் என்று பார்த்துப் பொறுக்கிப் படம் எடுத்துப் போய் "இதுதான் இந்தியா" என்று தங்கள் ஊர்க் குழந்தைகளுக்கும் மற்றவர்களுக்கும் காட்டும் சில மேநாட்டார் இருக்கிறார்கள். அதுமாதிரியே நீங்கள் பேசுகிறீர்களே!"

"நான் சொல்வது சரியில்லை என்றால் நீங்கள் சொல்லித் திருத்துங்கள்."

"நீங்கள் நினைத்த இந்தியா, அவர்கள் படம் பிடித்துக் காட்டின இந்தியாவாகத்தான் இருக்கும். பிரிட்டிஷ்காரர்கள் போன பிறகு இந்தியா அசாதாரண முன்னேற்றம் கண்டிருக்கிறது. தொழிற்சாலைகள் ஆயிரக்கணக்கில் எழுந்திருக்கின்றன.

அணைக்கட்டுகள் நூற்றுக்கணக்கில் எழும்பியிருக்கின்றன. இந்தியாவுக்கு அடிக்கடி வந்து போகிறவர்கள் அதன் முன்னேற்றத்தைக் கண்டு வியந்துகொண்டுதான் இருக்கிறார்கள். பிரிட்டிஷ் ஆட்சி எங்களைக் கரளையாக்கி விட்டது. நூற்றம்பது வருஷத்துக்கு மேலாக ஆட்சி வலுவால் எங்களைச் சுரண்டியிருக்கிறார்கள். நாகரிகத்தைக் கூடத் திணித்திருக்கிறார்கள். அந்தக் கசண்டு இன்னும் பாக்கியிருக்கிறது. அதனால் எங்கள் முன்னேற்றம் உங்களைப் போல அவ்வளவு வேகமாக இல்லாமல் இருக்கலாம். அரசியல் ரீதியில் ஒரு தேசமாக நாங்கள் இணைந்த அமைதி ஒன்றே இந்த முன்னேற்றத்திற்கும் புதுமைக்கும் சாட்சி சொல்லும். வல்லபாய் பட்டேல் என்ற ஒரு அசகாய வீரர் அந்தச் சாதனையைச் செய்துவிட்டுப் போனார். ஆனால் இந்தியா ஒன்றாக அமைதியாக இருப்பது பல பேருக்குப் பிடிக்கவில்லை. அதைக் கலகலக்க அடித்துவிட எத்தனையோ முயற்சிகளைப் பிறநாட்டவர் சிலர் செய்து வருகிறார்கள். இத்தனை கஷ்டங்களுக்கும் பொறாமைக்கும் நடுவில் இந்தியா வேகமாக முன்னேறிக் கொண்டுதான் இருக்கிறது" என்று நீளமாக நான் பேசியதை அந்த மாணவன் பொறுமையாகக் கேட்டுக்கொண்டே இருந்தான்.

"நீங்கள் என்னைத் திருத்தியதற்கு மிகவும் நன்றி. உங்கள் நாடு சீக்கிரம் பிரச்னைகளை எல்லாம் தீர்த்து சுபிட்ச நாடாக ஆகட்டும்" என்று வாழ்த்திவிட்டு நண்பர்களுடன் விடை பெற்றுக்கொண்டான்.

ஹிரோஷி, "உங்கள் மனத்துக்குச் சிரமம் உண்டு பண்ணி விட்டானோ?" என்று கேட்டான்.

"இல்லையே. அவன் மனத்தில் பட்டதை, தெரிந்துகொண்டதை ஒளிக்காமல் சொன்னான். மாணவர்கள் அப்படியிருப்பது நல்லதுதானே? திருத்திய பிறகு ஒப்புக்கொண்டானே!" என்று சொல்லிக்கொண்டே அந்த இடத்தை விட்டு நகர்ந்தோம்.

12

மேலும் மேலும் வளரும் வேட்கையும், முதல் இடத்தைப் பிடிக்கும் அவாவும் ஜப்பானில் எல்லாத் துறைகளையும் பற்றிக் கொண்டிருக்கின்றன. நவீன சாதனங்களில் சான்று வேண்டுமானால் ஜப்பானின் ஒலிபரப்பு ரயில்வேக்கள் – இவை இரண்டையும் சொல்லலாம். டோக்கியோ கோபுரம் என்று உயரமான எஃகுக் கோபுரம் ஒன்றைக் கட்டியிருக்கிறார்கள். பிரான்ஸில் ஐஃபல் கோபுரம்தான் உலகத்திலேயே பெரிய எஃகுக் கோபுரம் என்று சொல்லிக் கொண்டிருந்தார்கள். அதை எப்படிப் பொறுத்திருப்பார்கள்? அதைவிட உயரமான ஒரு எஃகுக் கோபுரத்தை நிர்மாணித்து விட்டார்கள். உலகத்திலேயே மிக உயர்ந்த எஃகுக் கோபுரம் இது. பாரிஸ் நகரில் இருக்கும் ஐஃபல் கோபுரம் பார்க்க விகாரமாயிருக்கிறது என்று சொல்கிறவர்களே டோக்கியோ கோபுரம் அழகாக இருப்பதாகக் கூறுகிறார்கள்.

இந்த டோக்கியோ கோபுரம் பிரம்மாண்டமானது. 333 மீட்டர் உயரம். 125 மீட்டர் உயரம் வரையில் லிப்டில் செல்லலாம். பாதி உயரத்தில் பெரிய பெரிய ஹால்களாகக் கட்டி, அங்கு ஜப்பானின் முக்கிய டெலிவிஷன் ஸ்தாபனங்களின் ஒலிபரப்பிச் சாதனங்களை வைத்து இயக்கிக் கொண்டிருக்கிறார்கள். மேநாட்டு முறைகளை எவ்வளவு தூரம் ஜப்பான் வெற்றிகரமாகக் கடைப்பிடித்திருக்கிறதென்பது இந்த டோக்கியோ கோபுரத்தில் ஏறிப் பார்த்தாலே புரியும். அங்கேயே சாப்பாட்டு விடுதி, கடைகள் எல்லாம் வைத்திருக்கிறார்கள். ஒரு கோடி மக்களுக்கு மேல் வாழும் பிரம்மாண்டமான டோக்கியோ நகரம் முழுவதையும் இங்கே இருந்து பார்த்துவிடலாம். அதற்காக கோபுரத்தில் மூலைக்கு மூலை தொலைகாணி வைத்திருக்கிறார்கள்.

இந்தப் பெரிய ரகளைக்கு நடுவில் மிகமிக ஆச்சரியமான ஒன்றையும் கண்டேன். ஒரு பெரிய ஹாலில் நூற்றுக்கணக்கில் வர்ண ஓவியங்கள் மாட்டியிருந்தன. விசாரித்ததில், ரேடியோ ஸ்தாபனத்தில் வேலை செய்யும் அதிகாரிகளும் ஊழியர்களும் தீட்டிய ஓவியக் கண்காட்சி என்று சொன்னார்கள். அதையும் போய்ப் பார்த்தோம். ஜப்பானின் ஓவிய மரபுகள் அத்தனையையும் அங்கே காண முடிந்தது. அதோடு, மகானுபாவன் பிகாசோவின் ஏகலைவர்களும் கலை வழித் தோன்றல்களும் தீட்டிய பயங்கரங்களும் புதிர்களும் இடம் பெற்றிருந்தன. லவோட்சே சொன்னது போல, ஜப்பான் தன் நெஞ்சின் மூடியை எடுத்து நன்றாகத் திறந்து வைத்துக் கொண்டிருக்கிறது. உலகத்தின் எந்தக் கருத்தும் அந்தப் பாத்திரத்தில் போய் விழலாம். எல்லா வற்றுக்கும் இடம் கொடுக்கிறார்கள் அவர்கள். ஓவியமா, சிற்பமா, தொழிலா, போக்குவரத்தா, உடையா – எதுவாயிருந்தாலும் எந்தப் புதுமையும் அங்கே புகுந்து விடுகிறது. இத்தனைக்கும் நடுவில் அவர்களுடைய அடிமனம், வீட்டு வாழ்வு, பொதுவாக வாழ்வைப் பற்றிய உயர்வு, சிந்தனை – எல்லாவற்றிலும் அவர்களுக்கே உரிய மரபு ஒட்டிக்கொண்டேதான் இருக்கிறது.

பாரிஸிலுள்ள ஐஃபல் கோபுரத்தைவிட 13 மீட்டர் உயரம் அதிகமுடைய டோக்கியோ கோபுரத்தில் விஞ்ஞான மியூசியம் ஒன்றும் அமைத்திருக்கிறார்கள். ஜப்பானின் விஞ்ஞான முன்னேற்றம் அத்தனையையும் பற்றி இதில் ஒரு அளவுக்குத் தெரிந்துகொள்ள முடியும். ஜப்பானில் நிகழும் பிரமிக்கத் தக்க ஒலிபரப்பு அதிசயங்களுக்கெல்லாம் மையப்பொறி இயல் கேந்திரமாக விளங்குகிறது இந்தக் கோபுரம் தான். கோபுரம் முழுவதையும் வெள்ளையும் ஆரஞ்சுமாக வர்ணம் அடித்திருக்கிறார்கள். அமெரிக்கா போன்ற நாடுகளில் விமானங் களை அடையாளம் கண்டு கொள்வதற்கான வர்ணங்களாக ஆரஞ்சு, வெள்ளைப் பட்டைகளை உபயோகிக்கிறார்கள். மோசமான பருவ நிலையில்கூட அவற்றைக் கண்டுகொள்ள முடியும். இந்த பிரம்மாண்டமான கோபுரத்தை நிறுவப் பயன்பட்ட அத்தனை எஃகும் ஜப்பானிலேயே தயாரிக்கப்பட்டதாம். “ஐஃபல் கோபுரத்துக்கு ஏழாயிரம் டன் எஃகு செலவழித்தார்கள். அதைவிடப் பெரியதும் அதிக உயரம் உடையதுமான எங்கள் டோக்கியோ கோபுரத்துக்கு நாலாயிரம் டன் எஃகுதான் செலவாயிற்று. ஜப்பான் எஃகின் தரம் அவ்வளவு உயர்ந்தது” என்றார் அழைத்துச் சென்றவர். “இதன் அடியிலுள்ள ஐந்து மாடி மாளிகையை எப்பேற்பட்ட பூகம்பமும் அசைக்க முடியாது” என்று சொல்லிவிட்டு, “என்ஜினீரிங் கலை எவ்வளவு தூரம் முன்னேயிருக்கிறது என்பதையும் குறிப்பிட வேண்டும். இதை

1957ஆம் ஆண்டு ஜூன் மாதம் 29ஆம் தேதி கட்டத் தொடங்கி, 1958 டிசம்பர் 23ஆம் தேதியன்று முடித்துவிட்டார்கள். இத்தனை குறுகிய காலத்தில் இந்த பிரம்மாண்ட வேலை முடிந்தது ஒரு பெரிய விஷயம்" என்று மேலும் சொல்லி முடித்தார் அவர்.

ஸூபர் எக்ஸ்பிரஸ் என்ற ரயிலில் நாங்கள் ஒரு நாள் டோக்கியோவிலிருந்து கிளம்பினோம். ஓஸகா, கியோத்தோ முதலிய இடங்களுக்குப் போய்வரலாம் என்று புறப்பட்டோம். வெடவெடக்கும் அந்தக் குளிரில் வண்டிக்குள்ளே உட்கார்ந்ததும் கதகதப்பாக இருந்தது; அப்படி உஷ்ணப் படுத்தியிருந்தார்கள். இந்த ஹக்காரி ஸூபர் எக்ஸ்பிரஸ் உலகத்திலேயே வேகமான வண்டி. காலை ஒன்பது மணிக்குப் புறப்பட்ட வண்டி சரியாக பன்னிரண்டே கால் மணிக்கு, அதாவது 3 1/4மணி நேரத்தில், முன்னூறு மைலுக்கு மேற்பட்ட அத்தனை தூரத்தையும் கடந்துவிட்டது. ஒரு சத்தம் கேட்கவில்லை; ஒரு அலுங்கல் கிடையாது. வீட்டில் உட்கார்ந்திருப்பது போலவே இருந்தது. இந்த வேக வண்டிகளுக்கெனவே தனி ரயில்பாதை அமைத்திருக் கிறார்கள். இரட்டைப் பாதை, அதன் இருமருங்கிலும் – ஆரம்ப முதல் கடைசி வரையில் – வலுவாக வேலிப் பாதுகாப்பு அமைத்திருக்கிறார்கள். நடுவில் ஸ்டேஷன்கள் இரண்டு மூன்று இருக்கின்றன. ஜப்பான் பூராவிலும் இந்த மாதிரி வேக ரயில் போடப் போகிறார்களாம்.

நவீனத் துறைகளில் மட்டுமின்றி உலகத்திலேயே பெரியது என்று பழைய காலத்திலிருந்தும் மாதிரி காட்டுகிறார்கள் ஜப்பானியர். கியோத்தோவிலிருந்து நாராவுக்குப் பஸ்ஸில் போனோம். நாரா நகரம் புராதன காலத் தலைநகரமாம். இடறி விழுந்த இடம் எல்லாம் கோவில். முதலில் தோதாய்ஜி கோவிலுக்குத்தான் அழைத்துச் சென்றார்கள். போய் இறங்கியவுடனே எங்களை மான்கள் வந்து சூழ்ந்து கொண்டன. இங்கு மனிதப் பிச்சைக்காரர்கள் கிடையாது. ஆனால், அந்த மான்கள் கூட்டமாக வந்து நம்முடைய அன்பை யாசித்துச் சூழ்ந்து கொள்கின்றன. நீங்கள் மணிக்கணக்கில் அவற்றைத் தழுவி விளையாடலாம். சொறிந்து கொடுக்கலாம். அதற்காகவே பிஸ்கத்து மாதிரி செய்து விற்கிறார்கள். வாங்கி வாங்கிக் கொடுத்துக் கொண்டிருக்க வேண்டும். இல்லாவிட்டால் அந்த மான்கள் நம்மை விடுவதில்லை. வாங்கிக்கொடு என்று சொல்வதுபோல இழுத்து இழுத்து நச்சரிக்கின்றன. கிண்டி பார்க் மான்கள் நம்மைத் தூரத்தில் கண்டதும் துள்ளி ஓடிவிடும்; நன்றாகப் பார்க்கக் கூட முடியாது. நாரா மான்களோ இழுத்த இழுப்புக்கு வரும். போட்டோ பிடிக்கலாம். விளையாடலாம். ஆனால் வாய்க்கு ஏதாவது கொடுத்துக்கொண்டே இருக்கவேண்டும்.

மான் வனம் என்ற பெரிய சோலைக்கிடையே அமைந்த கோயிலைக் கண்டதும் எனக்குத் தஞ்சை பிரகதீச்வரர் கோயிலின் நினைவு வந்தது. அதற்கும் இதற்கும் எந்தவித ஒற்றுமையும் இல்லை. ஆனால் அந்தத் தனிமை, பழமை, நிசப்தம், இவற்றைக் கண்டுதான் அந்த ஞாபகம் வந்ததோ, என்னவோ. இந்தக் கோயிலை உலகத்திலேயே பெரியமரக் கட்டிடம் என்று சொல்லுகிறார்கள். மாபெரும் கோபுரங்களையும் மாளிகைகளையும் கல்லில் பார்த்த நமக்கு அதே போல இந்தப் பெரிய கோயில் அத்தனையும் மரத்தா லானது என்பதைப் பார்க்கும்போது ஒரு பய பக்தி எழத்தான் செய்கிறது. அதாவது, தாவரங்களிடம் வருகிற பக்தி. "இத்தனை பெரிய தூண்களுக்கும் உத்தரங்களுக்கும் இந்த உலகத்தில் எப்படி மரம் கிடைத்தது? அவற்றை எப்படி 1200 ஆண்டுகளுக்கு முன் இப்படி அறுத்து உயர்த்துவதற்கு ஏற்ற சாதனங்கள் கிடைத்தன?" என்று பிரமிக்கத்தான் தோன்றுகிறது.

உள்ளே நுழையும்போதே மொட்டை அடித்த மூன்று புத்தத் துறவிகள் கறுப்புக் கிமோனோ அணிந்து எங்களிடம் ஒரு சீட்டைக் கொடுத்தார்கள். அர்ச்சனைச் சீட்டு இல்லை. கோயிலைப் புதுப்பிக்க வேண்டுமாம். அதற்காக, வருகிறவர் களிடம் பெயருக்கு ஏதோ சீட்டு மாதிரி விற்றுச் சிறு தொகை சேர்க்கிறார்கள். உள்ளே போனதும் இன்னும் பெரிய அதிசயம் காத்துக் கிடந்தது. அங்கே திவ்ய அழகுடன் ஒரு பிரம்மாண்ட மான கௌதம புத்தர் உட்கார்ந்திருந்தார். வெண்கலச் சிலை அது. உலகத்திலேயே பெரிய சிலை. பத்து ஆள் உயரம் இருக்கும். பத்மாசனத்தில் வீற்றிருந்த அந்த உலோகச் சிலையை எப்படி வார்த்திருப்பார்கள் என்றே புரியவில்லை. இந்தச் சிலை வார்க்கும் கலையை இந்தியாவிடமிருந்தே தாங்கள் கற்றதாக ஒரு ஜப்பானியர் சொன்னார். அந்தச் சிலையின் உயரம் 53 1/2 அடி. முகம் மட்டும் 15 அடி உயரம். 9 1/2 அடி அகலம். மூக்கு ஒன்றரை அடி நீளம். காது எட்டரை அடி. கை ஆறேமுக்கால் அடி. கட்டை விரல் நாலே முக்கால் அடி. இதற்கு 437 டன் வெண்கலமும், 165 ராத்தல் பாதரசமும், 288 ராத்தல் தூய தங்கமும், 7 டன் மெழுகும் செலவாயினவாம்.

ஜப்பான் கோயில்களில் கருங்கல் விளக்குகள் ஒரு தனி அழகு. இவற்றை எந்தக் கோயிலிலும் காணமுடியும். ஆனால் நாராவில் உள்ள காஸுகா ஆலயத்தில் இந்த விளக்குகளை ஆயிரக்கணக்கில் பார்க்கலாம். போகும் வழி நெடுக இவற்றைச் செதுக்கி நிறுத்தி வைத்திருக்கிறார்கள். இந்த மூவாயிரம் விளக்குகளையும் பிப்ரவரி, ஆகஸ்ட் மாதங்களில் ஏற்றி வைப்பார்களாம்.

❍

13

நாராகோவில்களைப் பார்த்த பிறகு அன்றிரவு நாரா ஓட்டலிலேயே தங்கிவிட்டோம். அந்த ஹோட்டலை சற்று உயராமான இடத்தில் கட்டியிருக்கிறார்கள். வெளியேயிருந்து பார்த்தால் ஜப்பானிய முகம்தான். உள்ளே போனால் மேநாட்டுப்பாணி. அங்கேயே மூங்கில் ஹால் என்று மூங்கில் சாமான்களைக் கொண்டே ஒரு விசால மான அறையை அமைத்திருக்கிறார்கள்.

இரவு வெகுநேரம் வரை தூக்கம் பிடிக்க வில்லை. எழுந்து வெளியே சென்று, நாரா தெருக்கள் வழியே நடந்தோம். உண்மையான பழைய ஜப்பானைக் காண வேண்டுமானால் நாராவின் தெருக்களில் நடந்தால் போதும். டோக்கியோ, ஓஸகா முதலிய நவீன நகரங்களைத் தவிர மற்ற ஊர்களில் ஜப்பானியர் சாலைகளையும் தெருக்களையும் எப்படிப் புறக்கணித்திருக்கிறார்கள் என்பதை நீங்கள் போகிற மோட்டாரும், கால் ஏறி இறங்குகிற குழிகளும் ஆய்ச்சல்களும் சொல்லிவிடும். ரயில் போக்குவரத்தில் அவர்கள் எவ்வளவுக்கெவ்வளவு ஈடிணையற்று முன்னேறியிருக்கிறார்களோ அவ்வளவுக்கவ்வளவு இந்த சாதாரணச் சாலை களை மறந்துவிட்டார்களோ என்றே நினைக்க வேண்டியிருக்கிறது.

ஆயினும் ஒலிம்பிக் விளையாட்டுகளுக்காக வகுத்த மாபெரும் திட்டங்களைச் செயல்படுத்தும் போது இந்தக் குறையைப் பெரும் அளவுக்கு நீக்கி விட்டார்கள் என்றே சொல்லவேண்டும். ஆனால் குறை நீங்கியது முக்கிய சாலைகளைப் பொறுத்தே. நாராவிலும் இந்தக் குறையை சாதாரணத் தெருக்களில் காண முடிந்தது. திரும்பி நடுநிசியில் ஹோட்டல் அறைக்குள் வந்தபோது, இறக்கத்தில் தூரத்தே தெரிந்த விளக்குகள் உதகமண்டலத்தை

இரவில் பார்ப்பது போன்ற ஒரு பிரமையை ஊட்டின. அன்று இரவு சொப்பனம் கூட வந்தது – உதகையில் எங்கோ உயரத்தில் படுத்திருப்பதுபோல.

மறுநாள் காலையில் பஸ்ஸில் ஓஸகாவிற்குப் பயண மானோம். அது ஜப்பானின் இரண்டாவது பெரிய நகரம் என்று சொல்கிறார்கள். பார்த்த இடம் எல்லாம் கால்வாய்கள். அதனால் ஜப்பானின் வெனிஸ் என்று யாரோ சொல்லிவிட்டார்கள். வெனிஸை நான் பார்த்ததில்லை. ஆனால் புகைப் படங்களிலும் திரைப்படங்களிலும் பார்த்ததுண்டு; போய் வந்தவர்களிடம் கேட்டதுண்டு. கால்வாய்களைப் பார்த்துவிட்டு வெனிஸுக்கு ஈடுகட்டுவது நிச்சயமாகத் தவறு என்றே தோன்றுகிறது.

டோக்கியோவில் இந்தியர்களைக் காண்பது அபூர்வம். மருந்துக்குக்கூடக் கண்ணில் படுவதில்லை. ஓஸகாவில் நூற்றைம்பது இந்தியக் குடும்பங்கள் வாழ்வதாகச் சொன்னார்கள். ‘கிறிஸ்டியன் ஸெண்டர்’ என்ற விடுதியில் நாங்கள் தங்கினோம். போய் இறங்கியதும் இறங்காததுமாக டெலிபோன் பட்டியலைப் புரட்டினேன் – இந்திய உணவு விடுதிகள், இந்தியப் பெயர்கள் ஏதாவது தென்படுமா என்று. தௌலத்ராம் என்ற பெயரைப் பார்த்ததும், அந்த நம்பரை டெலிபோனில் கூப்பிட்டேன். காரணம், இந்தியச் சாப்பாடு எங்காவது கிடைக்குமா என்று தெரிந்து கொள்ளத்தான்.

‘பம்பாய் ரெஸ்ட்ட ராங்’ என்று ஒரு குஜராத்தியர் நடத்தி வருகிறார். செர்ரி என்று இன்னொன்று உண்டு. அதிலும் இந்திய உணவு கிடைக்கும். “நடத்துபவர் ஜப்பானியர்” என்று பதில் வந்தது. அதற்குப் பெயர் செர்ரி ரெஸ்ட்ட ராங் என்று சொன்னார் அவர். அதே போல ஜப்பானியர் நடத்தும் இன்னொரு இந்திய உணவு விடுதியைப் பற்றியும் சொன்னார். பெயர் நினைவில்லை – ஜப்பானில்தான் தெருக்களுக்குப் பெயர் கிடைப்பதில்லையே.

டாக்ஸியில் ஏறிக்கொண்டு பம்பாய் ஹோட்டலைப் பிடிக்கத் தனியாகத் தவித்தோம். “ஹமூசோ என்ற பகுதி இதுதான். இந்த இடத்தில்தான் எங்கோ இருக்கிறது பம்பாய் உணவு விடுதி” என்று டாக்ஸிக்காரர் சொல்லி, போவோர் வருவோரை யெல்லாம் நிறுத்தி வளைய வளைய வந்து கொண்டிருந்தார். கடைசியில் ஒரு கால்வாய் ஓரத்தில் வாஸ்வானி ட்ரேடிங் கம்பெனி என்று ஒரு பலகையைப் பார்த்ததும் தைரியம் வந்தது. டாக்ஸிக்காரருக்குக் கட்டணத்தைக் கொடுத்துவிட்டு, அங்கே போனோம். வாஸ்வானி பாகிஸ்தானிலிருந்து வந்து வாணிபம் செய்பவர் என்று தெரிந்தது. “பம்பாய் ரெஸ்ட்ட ராங் ஒரு பர்லாங் தூரத்தில்தான் இருக்கிறது” என்று ஒரு காகிதத்தில் படம் போட

ஆரம்பித்துவிட்டார் அவர். அதைப் பார்த்துக் கொண்டிருந்த அவருடைய உறவினனான ஒரு இளைஞன் "என்னத்துக்குப் போட்டுக் குழப்புகிறீர்கள் ? நானே இவர்களைக் கொண்டுவிட்டு வந்துவிடுகிறேன்" என்று கோட்டை மாட்டிக்கொண்டு கிளம்பினான்.

கால்வாயோடு நடந்து ஒரு சந்தில் திரும்பினோம். சந்தாவது சந்து ! ஓஸகாவிலும் நாராவிலும் நூற்றுக்கணக்கில் சந்துகள். தஞ்சாவூர்ச் சந்துகளில் நடக்கிற மாதிரி இருந்தது. ஆனால் சாக்கடையும் நடுத்தெருக் குழாய்களும் இல்லாததுதான் வித்தியாசம். இரண்டே நிமிஷத்தில் பம்பாய் உணவு விடுதி வந்துவிட்டது. சென்னையைவிட்டு வந்த பிறகு எத்தனையோ நாட்கள் கழித்து ரவா தோசை, வெண்டைக்காய்க் கறி, குஜராத்திகளின் தனிப் பெருமையான சட்னி, ஊறுகாய் வகை களை எல்லாம் அங்கு சாப்பிட முடிந்தது. ஹோட்டல்காரரான மிஸ்டர் டாக்கர், பர்மாவில் இருந்தவராம். 15 ஆண்டுகளுக்கு முன் ஜப்பானுக்கு வந்து விட்டாராம். பஜ்ஜி, பகோடா, தயிர் சாதம் – இத்தனையும் பரிமாறி ஏக்கம் தீர்த்தருளினார் அவர்.

என்னோடு வந்திருந்த ஸதாவோ இகேயா என்ற ஜப்பானிய நண்பர் டாக்கரின் ஜப்பானியப் பேச்சைக் கேட்டு பிரமித்து விட்டார். "ஓஸகாச் சீமையில் பேசும் ஜப்பான் பாஷை டோக்கியோ பாஷையிலிருந்து பல விதங்களில் மாறுபட்டிருக்கும். இந்தச் சீமை பாஷையை எவ்வளவு தண்ணீர் பட்ட பாடாகப் பேசுகிறார் மனிதர் !" என்று அவரோடு ஒரு அரை மணி குலாவித் தீர்த்துவிட்டார். டாக்கர் இந்தியாவைப்பற்றி ஒன்றும் விசாரிக்க வில்லை; என்னைப்பற்றிக் கேட்டார். மிகவும் உபகாரசீலர் என்று தான் தோன்றிற்று.

ஓஸகாவிலும் கோவில்கள், புறத்தே உள்ள மைனிச்சி டெலிவிஷன் நிலையம், என்எச்சே டெலிவிஷன் – ரேடியோ நிலையங்கள், மலைமேல் அமைந்த ட்ரான்ஸ்மிட்டர்கள், மட்ஸுஷீட்டா டெலிவிஷன் – ரேடியோ உற்பத்தி நிலையங்கள் – இவற்றைச் சுற்றிப் பார்ப்பதிலேயே இரண்டு நாள் தீர்ந்துவிட்டது. மட்ஸுஷீட்டா டெலிவிஷன் தொழிற்சாலை உலகிலேயே புகழ்பெற்றது. ஓஸகாவில்தான் முதன் முதலாக சுரங்க ரயில் பாதை போட்டார்களாம். எத்தனையோ அதிசயங்கள் இருக்கலாம். ஆனால் நாங்கள் தங்கியிருந்த கிறிஸ்டியன் சென்டர் விடுதிதான் என் மனத்தை விட்டு அகலவில்லை. காரணம், அங்கே உள்ள முன் ஹாலில் மாட்டியிருந்த ககாவாவின் திருவுருவப் படம்தான்.

டோயோ ஹிகோ ககாவா ஒரு தெய்வீக புருஷர். அவரைப் பற்றிப் படித்ததுண்டு. ககாவாவை ஜப்பானிய காந்தி என்று

அழைக்கிறார்கள். கருவில் திருவுடன் பிறந்த ஒரு தனிகரின் அபிமான கீஷா மனைவிக்குப் பிறந்த பிள்ளை அவர். செல்வத்தில் புரண்டிருக்க வேண்டியவர். ஜப்பானின் அமைச்சர் பதவியை அணி செய்திருக்க வேண்டியவர். ஆனால் அவருடைய இளகிய இதயம் அவரை ஏழைகளின் சேரிக்கு இழுத்துச் சென்றது. இளைஞனாக இருக்கும் போதே சேரி மக்களுடன் வாழ்ந்து அவர்களுக்குத் தொண்டு செய்வதையே சொர்க்கபோகமாக ஏற்றுக்கொண்ட தீரர் அவர். காந்திஜி, ஷ்வைட்சர், வினோபா – இந்த மனித தெய்வங்களோடு சேர்ந்த தெய்வீக மனிதர். அவருடைய எளிமைக்கும், இனிமைக்கும், கருணைக்கும் எல்லையே கிடையாது. பல நூற்றாண்டுகளுக்கு ஒருமுறை பல நூறு கோடி மக்களுக்கொருவராக அவதரிக்கும் அபூர்வப் பிறவி. அப்படிப் பட்டவர் அந்த இடத்தில் நடமாடியிருந்தார் என்பதைக் கேட்டபொழுது உடம்பு புல்லரித்தது. அந்தப் படத்தை விட்டுக் கண்ணெடுக்கவும் இயலவில்லை. இரவு முழுதும் ஏதோ கங்கா ஸ்நானம் செய்துவிட்டு நிற்பதுபோல, மாசுகளைக் கழுவி விட்டாற்போல ஒரு நிச்சலனம் உடம்பிலும் உள்ளேயும் தோய்ந்து கிடந்தது.

நான் தங்கியிருந்த மாடி அறையிலிருந்து பார்த்தால், சிமண்டு, காரைக் கட்டிடங்கள்தான் தெரிந்தன. ஜப்பானின் இயற்கை வனப்பு ஒன்றும் அந்தத் தெருவில் இல்லை. ஆனால் ரிஷிகேசத்தின் குன்றுகளுக்கிடையே, மலையிலிருந்து மக்களை வாழ்விக்கப் பாயும் கங்கைக் கரையில் அமர்ந்திருப்பது போல் எழுந்து நீடித்திருந்த உணர்வை இன்று நினைத்துப் பார்த்தாலும் வியப்பாக இருக்கிறது. ஜப்பானில் கழித்த நாட்களில் அந்த இரவு மறக்க முடியாத ஒரு கணமாக, ஒரு யுகமாக, காலம் கரைந்துவிட்ட மோன அமைதியாகவே நினைவில் குழிந்திருக்கிறது. இரண்டு இரவு அங்கே தங்கிவிட்டு மூன்றாம் நாள் காலையில் கியோத்தோவுக்கு பஸ் ஏறியபோது, பிரிவது சற்று வேதனையாக இருந்தது. ககாவாவின் உருவம் வெகுநேரம் அந்தப் புன்னகை யுடன் நெஞ்சில் இனித்துக் கொண்டேயிருந்தது. அண்ணிக்கும் இனிப்பு அது.

ககாவா போரை எதிர்த்தவர். அதற்காக அந்தக் காலத்திய ஜப்பானிய அரசு அவரைச் சிறைக்கு அனுப்பியது. ஆனால் அவருடைய கருணையும் அருளும் சுரக்காத கணம் இல்லை; ஜப்பான் சரணடைந்து போர் முடிந்த பிறகு, புது அரசு அவரை அழைத்து, தொழிலாளர் நலனுக்கும் சேரி ஒழிப்புக்கும் அவர் உதவியைத்தான் நாடிற்று. எந்த நாட்டிற்கும் சேரிகள் ஆறாத ரணம். அநுபவிப்பவன், பார்ப்பவன் எல்லோரையும் வேதனைப்படுத்தி மேலும் மேலும் நோயாளிகளாக்கும் கண்ராவிகள். அந்த ரணத்தை

ஆற்றும் கை ககாவாவிடம்தான் இருந்தது. ஐந்தாண்டுகளுக்கு முன்புதான் ககாவா காலமானார். இருபதாம் நூற்றாண்டு புண்ணிய நினைவாகத்தான் இருக்கும். அத்தனை கருணை வள்ளல்கள் வாழ்ந்து வந்துள்ள காலம் இது.

கியோத்தோவுக்குள் நுழையும்போதே அந்த நகரத்தின் நாடியைப் புரிந்துகொள்ள முடிகிறது. அத்தனை அழகு கொஞ்சுகிற நகரம். சுற்றிலும் மலைகள், நேர்த் தெருக்கள், வீதிகள். எல்லைகளில் கொள்ளை கொள்ளையாக மண்டிக் கிடக்கும் சோலைகள்; மௌனம் நிலவும் சோலைகள். கியோத்தோவைப் பார்த்த பிறகு டோக்கியோ தான்தோன்றியாக வளர்ந்துவிட்ட நகரம் என்பதை உணர முடிந்தது. ஆனால் கியோத்தோவை எந்த இயந்திர நாகரிகமும் கோணல் படுத்த முடியாது. சுற்றிலு முள்ள மலைகள் அதன் அழகைக் காத்துவிடும். அதன் வீதிகளின் அழகும், தெருக்களின் சீரும் உள்ளங்கை ரேகைபோலப் படிந்துவிட்டதாகத் தோன்றுகின்றன. யாரும் குலைத்துவிட முடியாது. பழமையின் கம்பீரமும் ராசிக்கிய உணர்வும் நவீன வசதிகளால் அங்கு பெருகித்தான் இருக்கின்றனவே தவிர, மூளியாகி விடவில்லை.

காஞ்சி, அலகாபாத், காசி, மதுரை – என்று உலகத்தின் பழைய நகரம் ஒவ்வொன்றுக்கும் ஒரு ஆத்மா உண்டு. உடம்பு எத்தனை மாறினாலும் அது மாறாது, அழியாது. கியோத்தோவுக்கு அத்தகைய ஆத்மா உண்டு. அழகையும் கலைகளையும் பூசிக்கிற உணர்வுதான் அது. எத்தனை நவீன மாறுதல்கள் தோன்றினாலும், இந்த உணர்வு அதைத் தன் அழகிய கிமோனோவுக்குள் மறைத்துக்கொண்டு விடுகிறது. நூற்றுக்கணக்கான கோயில்கள், கீஷாக்கள், இணையற்ற எழில் படைக்கும் பட்டுத் தொழில்கள், பலசரக்கு மாளிகைகள் எல்லாம் இங்கே சேர்ந்துதான் வாழ்கின்றன. அதன் பழமையான கம்பீரத்திற்கு அத்தனையும் சிரம் தாழ்த்திப் பணிந்து இயங்குகின்றன.

கியோத்தோவின் ஒரு கோடியில் சோலையோடு சேர்ந்த குளமொன்று உண்டு. அதன் நடுவில் பொன் கூரை வேய்ந்த மாளிகை ஒன்று இருக்கிறது. அஷிகாகா யோஷிமிட்சு என்ற பழங்காலத்துக் குறுநில மன்னன் அடிக்கடி வந்து இளைப்பாறுவதற்காக அதைக் கட்டிக்கொண்டானாம். கட்டி ஐந்நூறு ஆண்டுகளுக்குமேல் ஆகிறது. ஜப்பானின் தனித்தன்மை கொண்ட இயற்கை வனப்பு இந்தச் சோலையிலும் கண்ணை மூடித் தவம் இருப்பதுபோல் தோன்றுகிறது. நகரத்தின் கோடியில் நடமாட்டமில்லாத ஓரத்தில் இந்தச் சோலையைப் பார்த்தது வியப்பாகத்தான் இருந்தது. "நீங்கள் வந்தாலும் சரி, வராவிட்டாலும் சரி, நான் கவலைப்படவில்லை, நான் என் அழகிலேயே மயங்கிக்

கிடப்பேன்" என்று அந்தப் பொன் மாளிகையும் சோலையும் குளத்தின் அசைவற்ற நீரில் தங்கள் நிழலைப் பார்த்துக்கொண்டே இருக்கின்றன. நாங்கள் போய்ப் பார்த்தபோது குளத்து நீர் எழுதிப் போட்டாற் போலச் சலனமற்றுக் கிடந்தது. அப்போது காலை நேரம். விழித்துக்கொண்ட பின்பும் கனவு காண்பது போலிருந்தது. அந்தச் சோலையையும் மாளிகையையும் பார்க்கிற அனுபவம்.

கியோத்தோவின் அழகும் அடக்கமும் அபார ஆற்றல் வாய்ந்தவை. ஜப்பானின் மற்ற இடங்களில் தங்கிக் கழித்த நினைவுகளையெல்லாம் துடைத்துவிட்டு வியாபித்துக் கொண்டு விடும். கியோத்தோவில் இருந்த இரண்டு நாட்கள் அணு அணுவாக நினைவில் படிந்திருக்கின்றன. டோக்கியோவிலும் மற்ற இடங்களிலும் கழிந்த நாட்களைப்பற்றி இந்த மாதிரி சொல்ல முடியாது. ஆகவே கியோத்தோவை விட்டு வர மனம் இல்லை. ஊருக்குப் போனாலும் இப்படியே போய் விடவேண்டும் என்றுதான் தோன்றிற்று. ஆனால் வாசல் வழியாகத்தானே வெளியேறவேண்டும்? வெளிநாட்டுக்குச் செல்லும் விமானத்தைப் பிடிக்க டோக்கியோவுக்கு வந்தே தீரவேண்டும்.

கியோத்தோ, நாரா பகுதிகளில் தங்கிவிட்டு மீண்டும் டோக்கியோ திரும்புகிறவர்களுக்கு கணவன் – மாமியார் வாழும் புக்ககம் திரும்பும் பெண்ணின் மனப்போக்கு நன்றாகப் புரியும். அதற்கு மேல் ஒன்றும் சொல்லத் தோன்றவில்லை.

டோக்கியோவுக்குத் திரும்பி வந்து, மிச்சம் இருந்த இரண்டு நாளும் ஏதாவது சாமான்கள் வாங்கலாம் என்று அலைய ஆரம்பித்தோம். ஊரைவிட்டுக் கிளம்பும்பொழுதே நண்பர் கே.எஸ். ஜானகிராமன் ஒரு எச்சரிக்கையைத் தலைப்பில் முடி போட்டுக்கொடுத்திருந்தார். "ஜப்பானில் போய் எத்தனை மாதம், எத்தனை நாள் இருந்தாலும் சரி, கடை கண்ணிகளுக்குப் போய் ஒன்றும் வாங்காதீர்கள். வேடிக்கை பார்த்துக்கொண்டே நில்லுங்கள். முதலிலேயே வாங்குவது என்று ஆரம்பித்தால், பார்த்ததையெல்லாம் வாங்கிக்கொண்டேயிருக்கத் தோன்றும். இந்தச் சபலத்திற்கு இடம் கொடுக்கக்கூடாது. திரும்பி வருவதற் காக விமான நிலையத்துக்குப் புறப்படுகிறீர்களே, அப்போது ஏதாவது இரண்டு கடையில் நுழைந்து வாங்கிக்கொள்ளுங்கள்" என்று சொல்லி அனுப்பியிருந்தார் அவர். கடைக்குப் போகும் போதெல்லாம் இந்த எச்சரிக்கை ஞாபகம் வருவதில்லை. போய்ச் சேர்ந்த மறுநாள் முதலே பிடித்ததையெல்லாம் ஒன்றிரண்டு என்று வாங்கிக்கொண்டே இருந்தோம்.

நண்பர் எதற்காக அப்படிச் சொன்னார் என்பது இப்போதுதான் புரிந்தது. ஜப்பானியர் உங்களை மயக்கி

தி. ஜானகிராமன்

நிறுத்துவதையே ஒரு கலையாகப் பயின்றிருக்கிறார்கள் – அவர்களுடைய குடிசைத் தொழில்களைத்தான் சொல்லுகிறேன். மூங்கில், சிடார், பைன், பட்டு, நாணல், அரக்கு, காகிதம் – இந்தப் பொருட்களை அவர்கள் பயன்படுத்தியிருப்பதைப் போல உலகில் எந்த நாட்டிலும் காணமுடியாது என்றே தோன்றிற்று. ஊதல், பொம்மை, குடை, பெட்டி, வர்ண ஓவியங்கள், வர்ணமற்ற ஓவியங்கள், கூடை, மூங்கில் தட்டுகள், சிகரெட் பிடிப்புகள், மர அகப்பைகள், சித்திரம் வரைந்த கைக்குட்டைகள், திறந்தால் இசை பாடிக் கொண்டே திறக்கும் கள்ளிப் பெட்டிகள், எழுதுகோல், விசிறி, முத்து ஆபரணம் – இந்த மாதிரி நூற்றுக்கணக்கில் சொல்லிக்கொண்டே போகலாம்.

ஜப்பானியக் கலையில் ஒரு முக்கிய அம்சம் உருவ அமைதி. கோடுகள், ஒய்யார வளைவுகள் – இவற்றிலேயே ஒரு புராணம் முழுவதும் சொல்லப்பட்டு விடுவதுபோலிருக்கும். செதுக்கு வேலைப்பாடுகளில் நுணுக்கமாக நாம் செய்வதை ஒரு கோட்டிலும் வளைவிலும் காட்டி, அதே பிரமையை ஏற்படுத்திவிடுவார்கள். இந்த எளிமையும், கோடி காட்டும் சித்துவித்தையும் அவர்கள் ரத்தத்தில் ஊறினவை. அதனால் அவர்கள் எதைச் செய்தாலும், கொடியிடையாளின் குழைவும் வளைவும் அதில் தெரியும். இடத்தை அடைத்துக் கொண்டிருக்கிறாற்போல, மொத்தென்று அடைந்தாற்போன்ற ஒரு உணர்ச்சியை அவர்களுக்கு உண்டாக்கவே தெரியாது. இந்த உணர்வு கடைகளில் போய் நிற்கும் நம்மை ஆட்டி வைக்கிறது. வாங்கிக் கொண்டே இருப்போம்.

அப்படித்தான் எங்களுக்கும் நேர்ந்தது. சிறிது சிறிதாக இந்த அழகுப் பொருட்கள் மண்டிவிட்டன. கடைசியில் எதை ஒதுக்குவது என்று புரியவில்லை. விமானத்தில் இருபது கிலோவுக்கு மேல் சாமான் கொண்டு போகக் கூடாது. பெட்டியின் கனமே ஐந்தாறு கிலோ, பிறகு உடைகள். ஒரு தராசை இரவல் வாங்கினோம். அதன் உதவியால் கனத்தைக் குறைக்கும் வேளையில் ஒரு இரவு முழுவதும் போய்விட்டது. குடிசைப் பொருட்களில் முக்கால் வாசிக்குமேல் விடுதிக்குப் பக்கத்தில் விளையாட வரும் குழந்தைகளிடம் கொடுத்துத் திருப்தி அடைந்தோம். அப்போது கிறிஸ்துமஸ் குதூகலமாகக் கொண்டாடப்படுகிறது. அந்தக் கோலாகலத்தைப் பார்த்தால்தான் நம்ப முடியும். அது மத விழாவாக இல்லை. ஒரு பெரிய தேசிய உல்லாச விழாவாக அமர்க்களப்படுகிறது. இந்த ஆச்சரியம் ஜப்பானைத் தவிர வேறு எங்கும் நடக்கும் என்று தோன்றவில்லை. எனவே அப்பொருள்களை கிறிஸ்துமஸ் பரிசுகளாக அந்தக் குழந்தைகளுக்குக் கொடுத்துவிட்டோம்.

கலைப் பொருட்களை விற்கும் ஸுவனிர் கடைகள் ஜப்பானில் ஏராளம். ஆனால் ஜப்பானில் உற்பத்தியாகும் ஒவ்வொரு பொருளும் ஒரு ஸுவனிர்தான். குடிசைத் தொழில் அவ்வளவு அழகுணர்ச்சியோடு அங்கு அமைந்து கிடக்கிறது. அவர்கள் விகாரமாக எதையும் செய்யமாட்டார்கள். அதனால்தான் நண்பர் சொன்னதையெல்லாம் மறந்துபோய் நாங்கள் மயங்கி மயங்கி, சாமான்களை வாங்கிப்போட்டு, கடைசியில் ஸாண்டாகிளாஸாக நடிக்கும் கட்டாயம் நேர்ந்தது.

○

14

புறப்படுவதற்கு முதல் நாளிரவு, விமானம் அனுமதிக்கிற இருபது கிலோ அளவுக்கு சாமான்களைக் குறைக்கிற சித்து வித்தையெல்லாம் செய்து முடித்தாகிவிட்டது. இக்கேயா, ஹிரோஷி – முதலிய நண்பர்கள் வந்து பேசிவிடை கொடுத்துவிட்டுப் போனார்கள். ஜப்பானிலும் கிளம்புகிற வரையில் கிடைக்கிற இந்தியச் சாப்பாட்டை விடுவானேன் என்று குதானிலுள்ள அஜந்தாவுக்குச் சென்று உப்புமாவும் தயிரும் காபியும் சாப்பிட்டுவிட்டு, மூர்த்தியிடமும் விடை பெற்றுக்கொண்டு திரும்பினோம். இங்கிருந்து கொண்டுபோன இரண்டு அப்பளக் கட்டுகள் மீதியிருந்தன. அந்தக் கட்டுகளை இரண்டு ஜப்பானிய நண்பர்களுக்குப் பரிசாக அளித்தோம்.

ஹிரோஷியோ, "நான் ஒண்டிக் கட்டை. எனக்கு யார் இதைப் பொரித்துக் கொடுக்கப் போகிறார்கள்?" என்று பெருமூச்சுவிட்டார். அவருடைய தகப்பனார் காலமாகிப் பல ஆண்டுகளாகி விட்டன. வயதான தாயார் முந்நூறு மைலுக்கு அப்பால் ஓஸகாவில் இருக்கிறாள். தன்னுடைய தனிமையைப் பற்றி அவர் சொல்லுவதைப் பல தடவை கேட்டிருக்கிறேன். அவருக்கு இருபத்தேழு – இருபத்தெட்டு வயது இருக்கும். தன் தனிமையைப் பற்றிக் குறிப்பிடும்போது அவர் முகத்தில் துயரத்தின் சாயை படரும். இதற்கென்ன இவ்வளவு விசனம் என்று எனக்குப் புரியவில்லை. சிலநாள் ஒரு மூன்று பீர்க்குப்பிகளை அணைத்துக்கொண்டு வருவார். "வாருங்களேன், கீழேபோய்ப் பேசுவோம்" என்பார். இரவு இரண்டு மணி வரையில் பேசிக்கொண்டே இருப்பார்.

"ஏன் இப்படிக் குடித்துக் கொண்டே யிருக்கிறீர்கள்?" என்று ஒருநாள் கேட்டேன்.

“நான் என்ன செய்கிறது? தூக்கம் வரமாட்டேன் என்கிறது. பகல் பொழுதெல்லாம் உங்களோடு குஷியாகப் போய் விடுகிறது. திரும்பி ஒரு மைல் நடந்து அறைக்குப் போனால் சிரமமாக இருக்கிறது. மறுபடியும் தனிமை வந்து விடுகிறது. அறையில் உஷ்ண சாதனமும் கிடையாது. குளிர் வாட்டுகிறது. தனிமை தாங்க முடியவில்லை. அதனால் தான் இதைச் சாப்பிடுகிறேன்.”

“தனியாக இருப்பானேன்? கலியாணம் பண்ணிக் கொண்டு விடுங்களேன்.”

ஹிரோஷி விழுந்து விழுந்து சிரித்தார். அவர் சிரிக்கிறபோது ரொம்பவும் அழகாக இருப்பார். கண்களுக்கடியில் சதை நெருங்கிச் சருங்கிவிடும். முழுசாகச் சிரிப்பார். அவர் எவ்வளவு முழு மனசோடு சிரிக்கிறார் என்பது அந்த உருண்டைச் சிரிப்பிலேயே, அதன் பெரிய ஒலியிலேயே தெரியும். அவருக்கு மேலுக்குமட்டும் சிரிக்கத் தெரியாது. மேலுக்கு என்று சிரிக்கும் போது வெறும் புன்னகைதான் வரும். “இது என் நிஜச் சிரிப்பில்லை” என்று காண்பித்துவிடுவார். அப்பேற்பட்டவர் அன்று அந்த வேதனையில் எப்படி வாய்விட்டுச் சிரித்தார் என்பது புரியவில்லை.

“என்ன, ஹிரோஷி?”

“கலியாணம் பண்ணிக்கொள்ள ஒரு பெண் வேண்டாமா?”

“இங்கே பெண்ணுக்கு என்ன பஞ்சம்?”

“பஞ்சம் – பஞ்சம்! நன்றாகச் சொன்னீர்கள் – பஞ்சம்!” என்று அதற்காக வேறு சிரித்தார் அவர்.

“சொல்லிவிட்டுச் சிரியுங்களேன்.”

“எனக்கேற்ற பெண்ணாக இருக்க வேண்டாமா?”

“அந்த மாதிரி ஆயிரம் பார்க்கிறேனே.”

“என்ன ராமன்? என்ன இந்த மாதிரிப் பேசுகிறீர்கள்?”

“என்ன?”

“எனக்கேற்ற பெண் ஒருத்திதானே இருப்பாள்? அவளுக்கு ஏற்றவன் நான் ஒருவன்தானே இருப்பேன்? கடையில்போய்ப் பார்க்கிறமாதிரி, நான் பொறுக்கியெடுத்துக்கொள்ள முடியுமா?” என்று சொல்லிப் பேசாமலிருந்தார்.

அன்று அப்பளக் கட்டைக் கொடுத்தபோது, “நான் இதை ஹோட்டலில் கொடுத்துதான் பொரித்துச் சாப்பிட வேண்டும். என் மனைவிதான் போய்விட்டாளே” என்றார் ஹிரோஷி.

"உங்கள் மனைவியா! போய்விட்டாளா? நீங்கள்தான் பிரம்மசாரி ஆச்சே."

"மன்னிக்க வேண்டும். நான் இதுவரை சொல்லக் கூடாது என்றிருந்தேன். எனக்குக் கலியாணம் ஆகிவிட்டது. அமெரிக்காவில் படிக்கப் போயிருந்தபோது செய்து கொண்டேன்... என் மனைவி யார் என்று ஊகிக்க முடிகிறதா?" என்று என்னைப் புன்னகை யுடன் பார்த்தார்.

இந்த மாதிரிக் கேள்விகளை அவர் கேட்பது சகஜம். அவர் அமெரிக்காவில் கலியாணம் செய்து கொண்டதை நான் எப்படி ஊகிக்க முடியும்?

யோசித்துவிட்டு, "இல்லையே" என்றேன்.

"நிஜமாகவா?"

"என்னால் எப்படி முடியும்?"

"நான் இத்தனை நாளாக நடந்துகொண்டதைப் பார்த்துக்கூட உங்களுக்குச் சந்தேகம் தோன்றவில்லையா?"

ஒரு நண்பனிடம் எவ்வளவெல்லாம் எதிர்பார்க்க வேண்டும், எதிர்பார்க்க முடியும் என்பது அப்பொழுது தான் எனக்குப் பளிச்சிட்டது. சிறிது வேதனையுடன் "நான் உங்கள் சொந்த வாழ்க்கை பற்றி அவ்வளவு சிரத்தை கொள்ளவில்லை" என்பதை ஒப்புக்கொண்டு, அதைச் சொல்லவும் கூச்சப்பட்டு, "இல்லை" என்று ஒரு வார்த்தையாகச் சொன்னேன்.

"என்னோடு வேலை செய்வாளே, அந்தப் பெண்தான்" என்றார் ஹிரோஷி.

வியப்பிலும் வியப்பாகத்தான் இருந்தது. அவரோடு வேலை செய்யும் பெண் நல்ல பொறுக்கி எடுத்த அழகு. அவளும் ஒரு எம்.ஏ. ஆங்கிலத்தை அங்கேயே பிறந்த மாதிரி பேசுவாள். இனிமையே வடிவாக இருப்பாள்.

"அவளா உங்கள் மனைவி?"

"மனைவியாக இருந்தவள்" என்று பெருமூச்சு விட்டார் ஹிரோஷி.

"முழுக்கச் சொல்லுங்களேன்."

"அமெரிக்காவுக்குப் படிக்கப் போனபோது, அவளும் ஜப்பானிலிருந்து, டோக்கியோவிலிருந்து வந்திருக்கிறாள் என்று தெரிந்தது. பழகினோம். நேசித்தோம். கலியாணம் செய்து கொண்டோம். ஒரு குழந்தைகூடப் பிறந்து இறந்து விட்டது.

குழந்தை செத்துப்போனது எனக்குத் தாங்கவில்லை. மனம் சரியாக இல்லாமல் தவித்துக்கொண்டே இருந்தேன். அந்தச் சமயத்தில் அவள் வேறு யாரிடமோ தன் மனம் செல்ல விட்டுவிட்டாள். அப்புறம் தகராறு, பூசல் விவாகரத்து – அதுதான் கதை."

திரும்பி வந்த பிறகும் இரண்டு பேரையும் சேர்ந்தே வேலை செய்யச்செய்த சந்தர்ப்பக் குறும்பைப் பார்த்து வேடிக்கையாக இருந்தது எனக்கு. பரிதாபமாகவும் இருந்தது.

"அவள் பக்கத்திலேயே வேலைசெய்ய வேண்டியிருக்கிறது. அவளைத் தவிர வேறு யாருக்கும் என் மனம் இடம் கொடுக்கவில்லை. விட்டு ஒழியலாம் என்றால் போகவும் நெஞ்சு துணியவில்லை. எனவே நெஞ்சில் ஒரு எரியும் அடுப்பை வைத்துக்கொண்டே காலத்தை ஓட்டிக்கொண்டிருக்கிறேன்... இங்கு யாருக்கும் எங்கள் இருவருக்கும் இடையே இருந்த உறவு, தொடர்பெல்லாம் தெரியாது. உங்களிடம்தான் முதல் முதலில் சொல்லுகிறேன்" என்றார் ஹிரோஷி.

ஜப்பானில் ஏற்பட்ட சில பெரிய வியப்புகளில் இதுவும் ஒன்றாக, என்னைக் குழப்பிற்று. 'இவர் யாரோ, அவள் யாரோ' என்றுதான் யாருக்கும் தோன்றும். அப்படித்தான் அவர் நடந்து கொண்டிருந்தார். வெகு நேரம் கழித்து, "மறுபடியும் அவளைக் கலியாணம் செய்துகொண்டு விடுங்களேன்" என்றேன்.

"உளறாதீர்கள்..." என்று நாக்கைக் கடித்துக்கொண்டார். "மன்னிக்க வேண்டும். வேதனையால் நான்தான் பிதற்றி விட்டேன். நீங்கள் ஊருக்குப்போய் ஜீதார்தாவிடம் வேண்டிக் கொள்ளுங்கள்... அதெல்லாம் நடக்காது... நடப்பதாயிருந்தால் முறிந்திருக்காதே" என்றார் அவர்.

வெகு நேரம் பேசிவிட்டுப் போனார் ஹிரோஷி.

இன்னும் வெகுநாள் தங்கியிருக்கப் போகிற இந்திய நண்பர்களிடமும், வெவ்வேறு நாடுகளுக்கு – என்னோடு புறப்படப் போகிற மற்றவர்களிடமும் விடைபெற்றுக் கொண்டேன்.

எல்லோரும் படுக்கப் போய்விட்டார்கள். விமானத்தின் ஞாபகம் வந்தது. விமானப் பயணத்தை நினைக்கும் போது வயிற்றில் ஒரு கல் எங்கோ மூலையில் விழுந்து கனத்துக் கொண்டுதான் இருக்கும்; இந்தக் கட்டுரைகளை ஆரம்பிக்கும் போதே இதைக் குறிப்பிட்டிருந்தேன். அதைப் படித்த நண்பர் "என்ன, இதைப்போய்ப் பெரிதாக எழுதியிருக்கிறீர்கள்?" என்று பட்டிக்காட்டானுக்குச் சொல்வது போல, எப்போதும் விமானத்திலேயே குடியிருப்பதுபோல் என்னிடம் சொல்லிக்

தி. ஜானகிராமன்

கொண்டேயிருந்தார். இந்த வருஷம் பொங்கலுக்குப் பிறகு உலகத்தில் பெரிய விமான விபத்துகள் பத்துக்குமேல் நிகழ்ந்து விட்டன. பல நூறு உயிர்கள் நஷ்டம். இத்தனை விபத்துகள், போர்க்களத்தில் தவிர சேர்ந்தாற்போல நிகழ்ந்ததில்லை. இரண்டு வாரம் முன் அந்த நண்பரைச் சந்தித்தபோது அதைச் சொன்னேன். "ஆமாம்" என்று பேசாமலிருந்துவிட்டார். அதற்கு என்ன அர்த்தமோ தெரியவில்லை.

அன்றிரவு வழக்கம்போல விமானப் பயணத்தை நினைத்த போது என்னமோ ஒரு கலக்கம்தான் இருந்தது. ஹிரோஷியைப் பற்றி நினைத்தேன். அப்பளத்தைப் பற்றி நினைத்தேன். இன்னொரு ஞாபகமும் வந்தது.

விடுதியில் தங்கியிருக்கும்போது தினமும் பத்து அப்பளங் களைக் கொண்டு கொடுத்துப் பொரித்துத் தரச் சொல்லுகிற வழக்கம். அந்தப் பத்தில் மூன்று சமையல்காரனுக்கு. "அப்பர், அப்பர் – வெரி கூத்" என்று சொல்லி ரசிப்பான் அவன். ஒருநாள் நான் போனதும் வட்டமாக இரண்டைக் காட்டினான்.

"நானும் அப்பர் செய்திருக்கிறேன்" என்றான்.

"பொரி, பார்ப்போம்."

பொரித்தான். சடார் படார் என்று ஒடிந்து, எண்ணெய் நாலா பக்கமும் தெறித்தது. பயந்துபோய் விட்டான் அவன். சிரித்தான். அது எப்படியோ பொரிந்தது. இருவரும் வாயில் போட்டுப் பார்த்தோம். அவனே "நோ, இது அப்பர் இல்லை" என்று முகத்தைச் சுளித்தான். "அதில் என்னென்ன சேர்க்கிறீர்கள்?" என்றான்.

எனக்கென்ன தெரியும்? "உளுந்து, பிரண்டை, சீரகம்" என்று என்னென்னவோ சொன்னேன். "அதெல்லாம் உங்கள் நாட்டில் கிடைக்கவும் கிடைக்காது" என்றும் சொன்னதோடு, அரிசி அப்பளம் செய்கிற விதத்தை நானே கற்பனை செய்தும் சொன்னேன். மிகவும் சிரத்தையோடு எழுதிக் கொண்டான்.

அது ஜப்பானியரின் குணம். எதையும் நகல் எடுக்கிற குணம். பிறகு மூலத்தையே தோற்கடித்தும் விடுவார்கள். வெளி நாட்டில் இயந்திரத்திலோ, வேறு எதிலுமோ புதுமை ஏதாவது தோன்றினால், ஒன்றை வரவழைத்து, அதை அக்கக்காகப் பிரித்துப் பார்த்து, தாங்களே செய்து குவிக்கத் தொடங்கி, அந்த நாட்டிற்கே விற்கத் தொடங்கி விடுவார்கள் – குறைந்த விலைக்கு.

யாரோ ஒரு ஜப்பானியர் இந்தியாவுக்கு வந்து இந்திய சமையல் கலையைக் கற்றுக்கொண்டு, திரும்பிப்போய்

டோக்கியோவில் இந்திய உணவுகளைத் தயாரித்து விற்கப் போவதாக அங்கு நண்பர்கள் சொல்லிக் கொண்டிருந்தார்கள். அந்த ஞாபகமும் வந்தது. டோக்கியோவில் உணவு விடுதி நடத்தும் மிஸ்டர் நாயர் ஒருநாள் "சில இந்தியர் இங்கே வந்து, அப்பளக் கட்டுகளை என்னிடம் விற்க முயன்றார்கள். செலவுக்குப் பணம் வேண்டுமாம். ரெண்டு ரூபாய்க்கு வாங்கின கட்டை பத்து ரூபாய்க்கு என்னிடம் விற்கப் பார்த்தார்கள். "எந்தா சாமி, ஞானும் மலையாளி அல்லோ?" என்று சொல்லி அனுப்பிவிட்டேன்" என்று சொல்லி வெற்றி வாகையுடன் இடி இடியென்று சிரித்தார்.

அதெல்லாம் அப்போது ஞாபகம் வந்தது ஜப்பானில் கழிந்த நாட்களும் நினைவுக்கு வந்தன. பார்த்த மாபெரும் தொழிற்சாலைகள், டெலிவிஷன் நிலையங்கள், தனித்துவம் நிறைந்த இயற்கைக் காட்சிகள், இலையுதிர் காலத்தின் கொள்ளை அழகு, மக்களின் இனிமை, துப்பரவு, மென்மை, உபசாரம், மரியாதை, அடங்கிய பேச்சு, மிகப் பழைய மரபுகளையும் மிகப் புதிய புதுமைகளையும் இழைத்து வாழும் வாழ்வு முறை, நேர்மை, நூற்றுக்கு நூறு திறமையுடன் வேலை செய்யும் திறன், கடுமையான உழைப்பு, ஜாதிச் சுவர்கள் இல்லாத சமுதாயம், வருமானத்தின் மலை – மடுக்கள் குறைந்துவரும் நிலை, களி யாட்டங்கள், பொழுது போக்குகள், கலைகள் – எல்லாம் நினைவுக்கு வந்தன. பொதுவாக, ஒன்றுகூட மறக்கிற நினை வாக இல்லை. இனிமையற்ற நினைவாக இல்லை. இவ்வளவு சீக்கிரமாக முன்னேற முடியுமா என்றுகூட அந்த நாட்டைப் பார்த்து ஒரு மலைப்பு தோன்றிக்கொண்டேயிருந்தது.

இந்தக் கட்டுரைகளைப் படித்துவரும் ஒரு பம்பாய் நண்பர் சென்றவாரம் எனக்கு எழுதியிருந்தார். "ஜப்பான் நாட்டை யும் மக்களையும் பற்றி நீங்கள் எழுதியிருப்பது அத்தனையும் எனக்குப் புரிகிறது. உங்கள் உணர்ச்சிகளும் புரிகின்றன. நானும் அங்குபோய் வந்திருக்கிறேன். அவர்களுடைய இனிமையும், வேலைத் திறனும் அளவற்றவை. அதையெல்லாம் நான் சொல்லும்போது யாரும் நம்ப மறுக்கிறார்கள். அதனால்தான் நீங்கள் எழுதுவதைக்கூடப் பலர் நம்பமாட்டார்கள். ஒருதடவை போய்ப் பார்த்தால்தான் நம்புவார்கள். அந்த நாட்டைப்போல நாமும் ஆவதற்கு பல நூறு வருடங்கள் ஆகுமோ என்றுதான் எனக்குக் கவலையாக இருக்கிறது" என்று எழுதியிருக்கிறார் அவர்.

ஏறக்குறைய இந்த உணர்ச்சி அன்றிரவு எனக்கும் வந்தது. நம்முடைய நாடு பழமையும் பெருமையும் கவிதையும், கலையும், சிற்பமும், இசையும், சிந்தனையும் வளர்ந்த மாபெரும் நாடு. என்ன காரணத்தால் இவ்வளவு பின் தங்கியிருக்கிறது? ஏழ்மையாலா?

தி. ஜானகிராமன்

ஜாதிபோன்ற வேற்றுமைகளாலா? உழைப்புக் குறைவினாலா? நீதி நூல்களில் மட்டும் எழுதிவிட்டு வாழ்க்கையில் கடைப்பிடிக்காத அன்பு, கருணை, சம்பாவனைகளாலா? உண்மையான தேசபக்தி என்ன என்பதைப் புரிந்துகொள்ளாததாலா?

ஜப்பானில் இந்தியாவின் சிந்தனை மரபையோ, ஆத்மீகப் பண்பாட்டின் உயர்ந்த மலர்ச்சிகளையோ காண்பதற்கில்லை. பௌத்தமும், ஸென் மரபும் இந்தியா அதற்குத் தந்த வரங்கள் தான். இப்படிப் பல துறைகளில் வழி காட்டிய நம்நாடு ஏன் இன்று அன்றாட வாழ்க்கைக்குத் தவிக்கவேண்டும்? ஏன் இப்படி விருதாச் சண்டைகளிலும் பேச்சுப் போட்டியிலும் சொற்சிலம்பத்திலும் நேரத்தைப் போக்க வேண்டும்? அவசரமான காரியங்களை விட்டு, நன்றாகச் சாப்பிட்டபின் ஒழிந்த நேரங்களில் தீர்த்துப் போடவேண்டிய சில்லறைப் பிரச்னைகளை ஏன் தலைபோகிற காரியங்களாகச் சுமத்திக்கொள்ள வேண்டும்?

நம்முடைய முன்னேற்றத்தின் மந்த கதிக்குப் பல காரணங்கள் இருக்கலாம். ஆனால் எல்லாவற்றையும் விடப் பெரிய முட்டுக் கட்டை, திரும்பித் திரும்பிப் பார்க்கிற நம்முடைய போக்குத்தான். நடக்கிறவர்கள் திரும்பிப் பார்த்துக்கொண்டே போனால், நடை தடைப்படும்; சில சமயம் தடுக்கி விழவும் நேரும். நம் பழைய ஆசாரங்கள், கொள்கைகள், பற்றுகள், வேற்றுமைகளையெல்லாம் திரும்பித் திரும்பிப் பார்த்து நின்று விடுகிற பாசஉணர்வு தான் நம்மைத் தொட்டில் முதல் இடுகாடு வரையில் ஆட்டி வைக்கிறது. அதை அறவே பெயர்த்து எறிந்துவிட முடியாது. பெரும் அளவுக்கு நீக்கத்தான் வேண்டும். நீக்கி எறிகிற தைரியம் வேண்டும். பிரியும் துன்பத்தைக் களைய வேண்டும். பழைய சாமான்களை எறியாமல் சேர்த்து வைத்துக்கொள்ளக் கொள்ள, இடம் அடைந்து போகிறது; புதிய சாமான் வைக்க இடமும் இல்லாது போகிறது.

இரவு முழுவதும் பூனைத் தூக்கமாகத்தான் இருந்தது. விடியற் காலையிலேயே எழுந்து பெரிய கண்ணாடிச் சாளரத்தின் திரையை விலக்கியதும் திவ்ய தரிசனமாக ஒரு காட்சி என்னை பிரமிக்க வைத்து நிறுத்திற்று. அடிவானத்திற்குச் சற்று மேலே பியூஜி மலைச்சிகரம் தெளிவாகத் தெரிந்தது. அது வலதுபக்கம். இடதுபக்கத்தில், வானில், சந்திரன் ஒரு பெரும் வட்டமாக, தேர்ச்சக்கர அளவுக்குப் பெரிய வடிவத்துடன் காட்சியளித்தது. பியூஜி சிகரமும் முழு நிலவும் ஒரே உயரத்தில் வலம் – இட மாகத் தரிசனம் தந்த அந்தக்காட்சி ஓவியம்போலப் பதிந்து கிடந்தது. அந்தக் குளிர்காலத்தில் அத்தனை தெளிவாக நான் வானைப் பார்க்கவும் இல்லை, பியூஜி மலையையும் அங்கிருந்து அப்படிப்பார்க்க முடிந்ததில்லை. "இன்னும் சிறிதுநேரத்தில்

கிளம்பப் போகிறாயே, அதற்காகத்தான்” என்று சொல்வதுபோல மலையும் நிலவும் அந்த மோகனப் பொழுதின் மோனத்தில் காட்சிகொடுத்த பரவசத்தை உங்களுக்கு எப்படிச் சொல்லுவேன்?

நெடுநேரம் நின்றேன். நிலவு காலை ஒளியில் மங்கி வருவதும் தெரியவில்லை. அறைக் கதவு திறந்தது. ‘குட்மார்னிங்’ என்று சிங்கப்பூர் வைத்தியநாதன் குரல்கொடுத்தார். தமிழ் நாட்டவர் அவர். சென்னையில் விஞ்ஞானம் படித்து, சிங்கப்பூரில் ஒரு பெரிய கல்லூரியின் தலைவராக இருக்கிறார்.

“குட்மார்னிங். இதோ இங்கே எனக்கு இரண்டுபேர் வெகு நேரமாகக் குட்மார்னிங் சொல்லிக்கொண்டிருக்கிறார்கள்” என்று, மலையையும், நிலவையும் காட்டியதும் “அட!” என்று வாயடைத்து நின்றார் அவர். சற்றுக் கழித்து, “என்ன காட்சி! என்ன காட்சி!” என்றவர், “நீங்கள் மிகவும் அதிர்ஷ்டசாலி” என்றார்.

“என்ன?”

“ஜப்பானியருக்கு பியூஜி மலையைப் பார்ப்பதே ஒரு சுபசகுனம். அதுவும் இந்தமாதிரி மூச்சை நிறுத்தும் அழகான கோலத்தில் பியூஜியைக் கண்டால் மெய்சிலிர்த்துவிடுவார்கள். பெரிய அதிர்ஷ்டம் என்பார்கள். உங்கள் பிரயாணம் ரொம்ப சுகமாக இருக்கப் போகிறது.”

எனக்கு என்னமோ தெளிந்துவிட்டது போலிருந்தது.

“வாருங்கள், மேல்மாடிக்குப் போவோம்” என்றார் வைத்தியநாதன்.

“எதற்கு?”

“போவதற்கு முன்னால் டோக்கியோவை ஒருமுறை பார்த்து விடுங்கள்.”

மேல் மாடிக்கு விரைந்தோம், மொட்டைமாடி. மிக உயரமான கட்டிடம் அது. அதிசயமாக இருந்தது – டோக்கியோ மீது அன்று மூடு பனியே இல்லை. எல்லாம் தெளிவாகத் தெரிந்தது. “இங்கே பாருங்கள்” என்றார் அவர். உதயசூரியன் அடிவானத்தில் எழும்பியிருந்தது. ஒருபக்கம் பியூஜி மலையும், நிலவும், இன்னொரு பக்கம் உதயசூரியனுமாக டோக்கியோ கண்ணை விழித்துக் கொள்வதுபோல் தோன்றிற்று. டோக்கியோ, கோபுரம், ஒடாமி ஹோட்டல், லட்சக் கணக்கான வீடுகள், தூரத்தில் ஊரும் ரயில்கள், கார்கள் – எல்லாவற்றையும் பார்த்தபோது கொஞ்சம் கொஞ்சமாகச் சோம்பல் முறித்து நகரம் அசைந்து எழுவதுபோல் தோன்றிற்று.

காலை உணவை முடிக்கிற சமயத்திற்கு "ஒஹாயோ கொஸாய்மஸ்" என்று தோளில் யாரோ கைவைத்தார்கள். ஒகஹானோ வந்து நின்றார். "தயாரா?" என்றார்.

"காபி சாப்பிடவில்லையா?"

"நானா? நேரமாகி விட்டது, விமான நிலையத்தில் பார்த்துக்கொள்ளலாம்" என்றார்.

முதல் முதலில் என்னை அழைத்துப்போன ஒகஹானா, அதே காரை மீண்டும் கொண்டுவந்திருந்தார்.

சாஹா, கோஸ்லா இரண்டுபேரும் இன்னும் பல மாதம் தங்கியிருக்க வேண்டியவர்கள்.

"உங்களைப் பார்த்தால் பொறாமையாயிருக்கிறது" என்றார் கோஸ்லா.

அவர்களைப் பார்த்து எனக்குப் பொறாமையாக இருந்தது.

பல தெருக்களைக் கடந்து ஒலிம்பிக் சாலை வந்ததும் கார் பறந்தது.

சுங்கத்திலும் மற்ற அலுவல்களிலும் வெகு நேரம் பிடிக்க வில்லை. எத்தனை இன்பமாக, சுமுகமாக, சந்தேகப் படாமல் வரவேற்றார்களோ, அதே இனிமையுடன் அதே சுருக்குடன் அவர்கள் விடைகொடுத்து விட்டார்கள்.

ஒகஹானா வெகு நேரம் பேசிக்கொண்டிருந்தார். விமானத்தின் அழைப்பு வந்ததும், "நீங்கள் விமானத்துக்குள் ஏறவேண்டும். என்னை மறக்காதீர்கள். ஜப்பானை மறக்காதீர்கள். முன்னே பின்னே இருந்தாலும், நல்லதை நினைத்துக்கொண்டு, தவறுகளை மறந்துவிடுங்கள். விவரமாக எழுதுங்கள்" என்று கூறிவிட்டுக் கோட்டுப் பையிலிருந்து எதையோ எடுத்து நீட்டினார்.

மூங்கிலால் செய்த ஜப்பானிய பொம்மை அது. ஒரு பையனின் உருவம். அவன் எப்போதும் வாய்நிறையப் புன்னகை செய்துகொண்டேயிருப்பான்.

ஒகஹானா மறைந்துவிட்டார். 'கௌரிசங்கர்' என்ற ஏர்–இந்தியா விமானம் எங்களை வரவேற்றது. ஏறியதும், கதவை மூடிக்கொண்டது. விமானம் கிளம்பி நகரும்போது அசைப்பில் ஜன்னல் வழியாகப் பார்த்தேன். விமான நிலையத்தின் மேல் தளத்தில் ஹிரோஷி நின்றுகொண்டிருந்தார். அங்கிருந்து விமானத்தை துருவித் துருவிப் பார்த்துக் கொண்டிருந்தார். ஒவ்வொரு ஜன்னலாகப் பார்த்தார் அவர். எழுந்துபோய்க் கதவைத் திறந்து, கைவீசி விடை பெறவும் இயலவில்லை.

விமானம் புறப்பட்டு நகர்ந்துவிட்டது. வெகுதூரம் ஓடிவிட்டது. ஒரு மைல் போய்த் திரும்பிவந்த திசையிலேயே ஓடி வந்தது – தரையிலிருந்து கிளம்புவதற்காகத் திரும்பி வரும்போது, சற்று நகர்ந்து ஜன்னல் வழியாகப் பார்த்தேன். அதே இடத்தில் தனியாக நின்று விமானத்தைப் பார்த்துக்கொண்டிருந்தார் ஹிரோஷி.

விமானம் எழுந்துவிட்டது. டோக்கியோ கீழே சென்று கொண்டிருந்தது. பத்து நிமிஷத்திற்கெல்லாம் "வலது பக்கம் பாருங்கள். பியூஜி மலைச் சிகரம் தெரிகிறது" என்று ஒலிபெருக்கி குரல்கொடுத்ததும் திரும்பினோம். ஒரு பர்லாங் தூரத்தில் பியூஜியின் சிகரம் தெரிந்தது. கடைசியாக விடைபெற்றுக் கொண்டோம்.

கோட்டுப் பையை யாரோ தடவுவது போலிருந்தது. என் பக்கத்து இருக்கை காலியாக இருந்தது. இப்போது அங்கே வெள்ளையாக ஒரு குழந்தை, ஒட்ட வெட்டிய கிராப்புடன், வாயில் கட்டைவிரலைப் போட்டுக்கொண்டு உட்கார்ந்திருந்தான். ஐந்து வயதிருக்கும். என் கோட்டுப் பையில் இருந்த மூங்கில் பொம்மையை இடதுகையால் இழுத்துப் பார்த்துச் சிரித்துக் கொண்டிருந்தான் அந்த அமெரிக்கப் பையன். மூங்கில் பையனும் அவனைப் பார்த்துச் சிரித்தான். "பிடிக்கிறதா ?" என்று கேட்டேன்.

"ம்" என்று தலையாட்டிய பின் வாயில் இருந்த விரலை எடுத்துவிட்டுப் பேச ஆரம்பித்தான் அந்தப் பயல். ஹாங்காங் வரும் வரையில் ஓயவில்லை. கரடிக் கதைகள், ஓநாய்க் கதைகள் எல்லாம் சொல்லிக் கொண்டு வந்தான். மூங்கில் பொம்மையை எடுத்து வைத்துக்கொண்டு அதைப்பார்த்துச் சிரிப்பான். "மம்மி" என்று கூப்பிட்டு, என் முன்சீட்டில் எங்கோ உட்கார்ந்திருந்த தாயாருக்குக் காட்டுவான்.

ஹாங்காங் வந்ததும் அதை அவனுக்கே கொடுத்து விட்டேன். அங்கேயே அம்மாவோடு இறங்குகிறான் என்று அப்பொழுதுதான் தெரிந்தது. "மம்மி" என்று அம்மாவைப் பார்த்துச் சிரித்தான் – "வாங்கிக்கட்டுமா ?" என்று கேட்பது போல்.

"ஷ்ஷ்.........." என்று திணித்தேன், அவன் கையில். "தாங்க்யூ" சொல்லிவிட்டு ஓடி, படி இறங்கியதும் மீண்டும் ஒரு தாங்க்யூ சொல்லிவிட்டுப் போனான் அந்தப்பயல். அவன் ஊர், பெயர்கூடக் கேட்டு வைத்துக்கொள்ளவில்லை. யாரோ ? ஆனால், மூங்கில் பொம்மையைப் பார்த்து வெகு நேரம் சிரித்துக்கொண்டிருப் பான் – பையா ! இன்னும் அதை வைத்திருக்கிறாயா ? கெட்டுப் போக்கி விட்டாயா ?

○

காலச்சுவடு பப்ளிகேஷன்ஸ் (பி) லிட்.
Published by Kalachuvadu Publications Pvt. Ltd.,
669, K.P. Road, Nagercoil 629001, India
Phone: 91-4652-278525
e-mail: publications@kalachuvadu.com

08/2023/S.No. 1126, kcp 4641, 18.6 (3) rss